MW01296567

# The Amharic Dictionary

## A Concise English-Amharic Dictionary

By Haile Neigusse

# The Amharic Dictionary

# English — Amharic Dictionary

| English | አማርኛ |
|---------|------|
| Ethiopia | ኢ.ትዮጵያ |
| Addis Ababa | አዲስ አበባ |

## A

| Aboard | ውጭ |
|--------|-----|
| About | ስለ |
| Above | ከላይ |
| Accident | አደጋ |
| Account | ሂሳብ |
| Across | አቋራጭ |
| Adapter | አዳፕተር |
| Address | አድራሻ |
| Admit | ተቀበለ |
| Adult | ጎልማሳ |
| Advice | ምክር |
| Afraid | ፈራ |
| After | በኋላ |
| Age | እድሜ |

| English | አማርኛ |
|---|---|
| Ago | በፊት |
| Agree | መስማማት |
| Ahead | ወደፊት |
| Air | አየር |
| Air conditioning | የአየር ማናፈሻ |
| Airline | አየር መንገድ |
| Airplane | አዉሮፕላን |
| Airport | የአየር ማረፊያ |
| Aisle | መተላለፊያ |
| Alarm clock | ማንቂያ ደወል |
| Alcohol | አልኮል |
| All | ሁሉም |
| Allergy | የሰውነት መቆጣት |
| Alone | ለብቻ |
| Already | ፈፅሞ |
| Also | ደግሞ |
| Always | ሁልጊዜ |
| Ancient | የጥንት |
| And | እና |
| Angry | የሚቆጣ |
| Animal | እንስሳ |
| Ankle | ቁርጭምጭሚት |

| English | አማርኛ |
|---|---|
| Another | ሌላ |
| Answer | መልስ |
| Antique | ጥንታዊ |
| Apartment | አፓርትመንት |
| Apple | ፖም |
| Appointment | ቀጠሮ |
| Argue | ክርክር |
| Arm | እጅ |
| Arrest | ማሰር |
| Arrivals | የደረሱ |
| Arrive | መድረስ |
| Art | ጥበብ |
| Artist | አርቲስት |
| Ask (questioning) | መጠየቅ |
| Ask (request) | ግብዣ |
| Aspirin | አስፕሪን |
| At | በላይ |
| ATM | ኤቲኤም |
| Awful | አስቀያሚ |

| English | አማርኛ |
|---------|-------|

## B

| | |
|---------|-------|
| Baby | ልጅ |
| Babysitter | ሞግዚት |
| Back (body) | ጀርባ |
| Back (backward position) | ኋላ |
| Backpack | የሚታዘል ቦርሳ |
| Bacon | በእንፋሎት የደረቀ የአሳማ ስጋ |
| Bad | መጥፎ |
| Bag | ቦርሳ |
| Baggage | ጓዝ |
| Baggage claim | የጓዝ መቀበያ ቦታ |
| Bakery | የዳቦ መጋገሪያ |
| Ball (sports) | ኳስ |
| Banana | ሙዝ |
| Band (musician) | የሙዚቃ ባንድ |
| Bandage | መጠገኛ |
| Band-Aid | ማጠንከሪያ |
| Bank | ባንክ |
| Bank account | የባንክ ሂሳብ |
| Basket | ቅርጫት |

| English | አማርኛ |
|---|---|
| Bath | መታጠብ |
| Bathing suit | የዋና ልብስ |
| Bathroom | መታጠቢያ ቤት |
| Battery | ባትሪ |
| Be | መሆን |
| Beach | ባህር ዳርቻ |
| Beautiful | ቆንጆ |
| Because | ምክንያት |
| Bed | አልጋ |
| Bedroom | ምኝታ ክፍል |
| Beef | የከብት ስጋ |
| Beer | ቢራ |
| Before | ቀደም ሲል |
| Behind | ከበስተጀርባ |
| Below | ከስር |
| Beside | ከ .. ጎን |
| Best | የተሻለ |
| Bet | ውርርድ |
| Between | በመሀከል |
| Bicycle | ብስክሌት |
| Big | ትልቅ |
| Bike | ሞትር ሳይክል / ብስክሌት |

| English | አማርኛ |
|---|---|
| Bill (bill of sale) | የሽያጭ ደረሰኝ |
| Bird | ወፍ |
| Birthday | የልደት ቀን |
| Bite (dog bite) | ንክሻ |
| Bitter | መራራ |
| Black | ጥቁር |
| Blanket | ብርድ ልብስ |
| Blind | አይነ ስውር |
| Blood | ደም |
| Blue (dark blue) | ጠቆር ያለ ሰማያዊ |
| Blue (light blue) | ፈዛዛ ሰማያዊ |
| Board (climb aboard) | የእንጨት ሳንቃ |
| Boarding pass | የይለፍ ትኬት |
| Boat | ጀልባ |
| Body | አካል |
| Book | መፅሀፍ |
| Bookshop | የመፅሀፍ መደብር |
| Boots (shoes) | ቦት ጫማ |
| Border | ድንበር |
| Bored | መሰልቸት |
| Boring | ደባሪ |
| Borrow | መደብር |

| English | አማርኛ |
|---|---|
| Both | ሁለቱም |
| Bottle | ጠርሙስ |
| Bottle opener (beer) | የቢራ መክፈቻ |
| Bottle opener (corkscrew) | የቢኖ መክፈቻ |
| Bottom (butt) | ቂጥ |
| Bottom (on bottom) | መጨረሻ |
| Bowl | ጎድጎዳ ሳህን |
| Box | ሳጥን |
| Boy | ወንድ ልጅ |
| Boyfriend | የወንድ ጓደኛ |
| Bra | ጡት መያዣ |
| Brave | ጀግና |
| Bread | ዳቦ |
| Break (verb) | ተሰበረ |
| Breakfast | ቁርስ |
| Breathe | መተንፈስ |
| Bribe (noun) | ጉቦ |
| Bridge (noun) | ድልድይ |
| Bring | ማምጣት |
| Broken (breaking) | የተሰበረ |
| Brother | ወንድም |
| Brown | ቡኒ |

| English | አማርኛ |
|---|---|
| Brush | ቡርሽ |
| Bucket | የውሀ መቅጃ |
| Bug | ትኋን |
| Build | ገነባ |
| Builder | ግንበኛ |
| Building | ህንፃ |
| Burn (noun) | የእሳት ቁስል |
| Bus | አውቶብስ |
| Bus station | አውቶብስ መናሀሪያ |
| Bus stop | የአውቶብስ መቆሚያ |
| Business | የንግድ ስራ |
| Busy | በስራ የተጠመደ |
| But | ግን |
| Butter | ቅቤ |
| Butterfly | ቢራቢሮ |
| Buy | ግዢ |

**C**

| | |
|---|---|
| Cake (wedding cake) | የጋብቻ ኬክ |
| Cake (birthday cake) | የልደት ኬክ |
| Call | ጥሪ |

| English | አማርኛ |
|---|---|
| Call (telephone call) | የስልክ ጥሪ |
| Camera | ካሜራ |
| Camp | ሰፈር |
| Campfire | ካምፕፋየር |
| Campsite | የሰፈራ ቦታ |
| Can (have the ability) | መቻል |
| Can (allowed) | ፈቃድ ማግኘት |
| Can (aluminum can) | የቆርቆሮ ማሸጊያ |
| Cancel | ማቋረጥ |
| Candle | ሻማ |
| Candy | ከረሜላ |
| Car | መኪና |
| Cards (playing cards) | መጫወቻ ካርታ |
| Care for | መጨነቅ |
| Carpenter | አናጢ |
| Carriage | ጋሪ |
| Carrot | ካሮት |
| Carry | መሸከም |
| Cash | ጥሬ ገንዘብ |
| Cash (deposit a check) | ገንዘብ |
| Cashier | ገንዘብ ያዥ |
| Castle | ቤተ መንግስት |

| English | አማርኛ |
|---|---|
| Cat | ድመት |
| Cathedral | ቤተ ክርስትያን |
| Celebration | ልዩ በዐል |
| Cell phone | ተንቀሳቃሽ ስልክ |
| Cemetery | የመቃብር ስፍራ |
| Cent | ሳንቲም |
| Centimeter | ሴንቲ ሜትር |
| Center | ማዕከል |
| Cereal | ጥራ ጥሬ |
| Chair | ወንበር |
| Chance | አጋጣሚ |
| Change | መመንዘር |
| Change (coinage) | መልስ(የገንዘብ) |
| Change (pocket change) | መለወጥ |
| Changing room | መቀየሪያ ክፍል |
| Chat up | መጨዋወት |
| Cheap | ርካሽ |
| Cheat (verb) | ማጭበርበር |
| Cheese | አይብ |
| Chef | ምግብ አዘጋጅ |
| Cherry | አስደሳች |
| Chest (torso) | ደረት |

| English | አማርኛ |
|---|---|
| Chicken | ዶሮ |
| Child | ልጅ |
| Children | ልጆች |
| Chocolate | ቸኮሌት |
| Choose | መምረጥ |
| Christmas | ገና |
| Cider | የቱፋ ጭማቂ |
| Cigar | ሲጋራ |
| Cigarette | ሲጋራ |
| City | ከተማ |
| City center | የከተማ ማዕከል |
| Class (categorize) | ክፍል |
| Clean (adjective) | ንፁህ |
| Cleaning | ማፅዳት |
| Climb (verb) | መውጣት |
| Clock | ሰዐት |
| Close (adverb) | ተቀራራቢ |
| Close (closer) | አጠጋጋ |
| Closed | ተዘጋ |
| Clothing | ልብስ |
| Clothing store | የልብስ መሸጫ |
| Cloud | ደመና |

| English | አማርኛ |
|---|---|
| Cloudy | ደመናማ |
| Coast | የባህር ዳርቻ |
| Coat | ኮት |
| Cockroach | በረሮ |
| Cocktail | ከዋና ምግብ በፊት የሚበላ |
| Cocoa | ኮኮዋ |
| Coffee | ቡና |
| Coins | ሳንቲም |
| Cold | ቀዝቃዛ |
| College | ኮሌጅ |
| Color | ቀለም |
| Comb (noun) | ማበጠሪያ |
| Come | መጣ |
| Comfortable | ምቹ |
| Compass | ኮምፓስ አቅጣጫ ጠቋሚ |
| Complain | አቤቱታ |
| Complimentary (on the house) | መዝጊያ |
| Computer | ኮምፒውተር |
| Concert | ኮንሰርት |
| Conditioner (conditioning treatment) | ኮንዲሽነር |
| Contact lens solution | የእይታ ማስተካከያ ሌንስ |
| Contact lenses | የአይን መነፅር |

| English | አማርኛ |
|---------|-------|
| Contract | ስምምነት |
| Cook | ማብሰል |
| Cookie | ኩኪስ |
| Cool (mild temperature) | ቀዝቀዝ ያለ |
| Corn | በቆሎ |
| Corner | ማዕዘን |
| Cost (noun) | ዋጋ |
| Cotton | ጥጥ |
| Cotton balls | የጥጥ ፍሬ |
| Cough (verb) | ሳል |
| Count | መቆጠር |
| Country | ሀገር |
| Cow | ላም |
| Crafts | የእደ ጥበብ ውጤቶች |
| Crash (noun) | መከስከስ |
| Crazy | እብድ |
| Cream (creamy) | ክሬም |
| Cream (treatment) | የቁስል ቅባት |
| Credit | ዱቤ |
| Credit card | የዱቤ ካርድ |
| Cross (crucifix) | መስቀል |
| Crowded | የተጨናነቀ |

| English | አማርኛ |
|---|---|
| Cruise | የመርከብ ሽርሽር |
| Custom | ልምድ |
| Customs | ጉምሩክ |
| Cut | መቅረጥ |
| Cycle | ዑደት |
| Cycling | ብስክሌት መንዳት |
| Cyclist | ብስክሌት ተወዳዳሪ |

**D**

| | |
|---|---|
| Dad | አባት |
| Daily | የየዕለት |
| Dance (verb) | ጭፈራ |
| Dancing | መጨፈር |
| Dangerous | አደገኛ |
| Dark | ጨለማ |
| Date (important notice) | ቀነ ቀጠሮ |
| Date (specific day) | ቀን |
| Date (companion) | ተጋባዥ እንግዳ |
| Daughter | ልጅ |
| Dawn | መክፈቻ |
| Day | ቀን |

| **English** | **አማርኛ** |
|---|---|
| Day after tomorrow | ከነገ በስቲያ |
| Day before yesterday | ከትላንት በስቲያ |
| Dead | የሞተ |
| Deaf | ደንቆሮ |
| Deal (card dealer) | መዋዋል |
| Decide | መወሰን |
| Deep | ጥልቅ |
| Degrees (weather) | ዲግሪ(ለሙቀት መለኪያ) |
| Delay (verb) | መዘግየት |
| Deliver | ማቅረብ |
| Dentist | የጥርስ ሀኪም |
| Deodorant | ዶዶራንት |
| Depart | ሄደ |
| Department store | መደብር |
| Departure | መነሻ |
| Departure gate | የመሄጃ መግቢያ |
| Deposit (noun) | አስቀመጠ |
| Desert | ምድረበዳ |
| Dessert | ማጣጣሚያ |
| Details | ዝርዝር |
| Diaper | የሽንት ጨርቅ (ዳይፐር) |
| Diarrhea | ተቅማጥ |

| English | አማርኛ |
|---|---|
| Diary | የወተት ተዋፅኦ |
| Die | ሞተ |
| Diet (adjective) | ምግብ |
| Different | የተለየ |
| Difficult | አስቸጋሪ |
| Dinner | ራት |
| Direct | ቀጥታ |
| Direction | አቅጣጫ |
| Dirty | ቆሻሻ |
| Disaster | አደጋ |
| Disabled | አካል ጉዳተኛ |
| Dish | የምግብ ሰሀን |
| Diving | ዘሎ መጥለቅ |
| Dizzy | አእምሮው የታወከ |
| Do | መስራት |
| Doctor | ዶክተር |
| Dog | ውሻ |
| Door | በር |
| Double | እጥፍ |
| Double bed | ትልቅ አልጋ |
| Double room | ሰፊ ክፍል |
| Down | ከስር |

| English | አማርኛ |
|---|---|
| Downhill | ቁልቁል ወረደ |
| Dream | ህልም |
| Dress | ቀሚስ |
| Drink (cocktail) | የኮክቴል መጠጥ |
| Drink (beverage) | ለስላሳ መጠጥ |
| Drink | መጠጣት |
| Drive | መንዳት |
| Drums | አታሞ |
| Drunk | የሰከረ |
| Dry | ደረቅ |
| Dry (warm up) | ማድረቅ |
| Duck | ዳክዬ |

**E**

| | |
|---|---|
| Each | እያንዳንዱ |
| Ear | ጆሮ |
| Early | በጊዜ |
| Earn | አገኘ |
| East | ምስራቅ |
| Easy | ቀላል |
| Eat | መብላት |

| English | አማርኛ |
|---|---|
| Education | ትምህርት |
| Egg | እንቁላል |
| Electricity | ኤሌክትሪሲቲ |
| Elevator | አሳንሰር |
| Embarrassed | እፍረት |
| Emergency | ድንገተኛ |
| Empty | ባዶ |
| End (noun) | ፍፃሜ |
| English | እንግሊዝኛ |
| Enjoy (enjoying) | መደሰት |
| Enough | በቃ |
| Enter | መመዝገብ |
| Entry | አገባብ |
| Escalator | ተንቀሳቃሽ መወጣጫ ደረጃ |
| Euro | ዩሮ |
| Evening | ምሽት |
| Every | እያንዳንዱ |
| Everyone | ምንም |
| Everything | ማንኛውም |
| Exactly | በትክክል |
| Exit | መውጫ |
| Expensive | ውድ |

| English | አማርኛ |
|---------|------|
| Experience | ልምድ |
| Eyes | አይን |

## F

| Face | ፊት |
|------|-----|
| Fall (autumnal) | በልግ |
| Fall (falling) | ወደቀ |
| Family | ቤተሰብ |
| Famous | ታዋቂ |
| Far | ሩቅ |
| Fare | ስንብት |
| Farm | እርሻ |
| Fast | ፈጣን |
| Fat (adjective) | ወፍራም |
| Feel (touching) | ስሜት |
| Feelings | ስሜቶች |
| Female | ሴት |
| Fever | ትኩሳት |
| Few | ትንሽ |
| Fight (noun) | በረራ |
| Fill | መሙላት |

| English | አማርኛ |
|---|---|
| Fine | መቀጮ |
| Finger | ጣት |
| Finish (verb) | መጨረስ |
| Fire (heated) | እሳት |
| First | መጀመሪያ |
| First-aid kit | የመጀመሪያ የህክምና እርዳታ መስጫ ቁሳቁስ |
| Fish | አሳ |
| Flat (adjective) | ጠፍጣፋ |
| Floor (carpeting) | ወለል |
| Floor (level) | ፎቅ |
| Flour | ዱቄት |
| Flower | አበባ |
| Fly (verb) | መብረር |
| Foggy | ጭጋጋማ |
| Follow | መከተል |
| Food | ምግብ |
| Foot | እግር |
| Forest | ጫካ |
| Forever | ለዘላለም |
| Forget | መርሳት |
| Fork | ሹካ |
| Foul (noun, sports) | በሌላ ተጫዋች ላይ ስህተት መስራት |

| English | አማርኛ |
|---|---|
| Fragile | ተሰባሪ |
| Free (at liberty) | አርነት ወጣ |
| Free (no cost) | በነፃ |
| Fresh | ትኩስ |
| Fridge | ማቀዝቀዣ |
| Friend | ጓደኛ |
| From | ከ |
| Frost | አመዳይ |
| Fruit | ፍራፍሬ |
| Fry | መጥበስ |
| Frying pan | መጥበሻ |
| Full | ሙሉ |
| Full-time | ሙሉ ጊዜ |
| Fun | መዝናናት |
| Funny | አስቂኝ |
| Furniture | የቤት እቃ |
| Future | ወደፊት |

## G

| Game (match-up) | ጨዋታ |
|---|---|
| Game (event) | ግጥሚያ |

| English | አማርኛ |
|---|---|
| Garbage | ቆሻሻ |
| Garbage can | የቆሻሻ ገንዳ |
| Garden | ጓሮ |
| Gas (gasoline) | ነዳጅ |
| Gate (airport) | መግቢያ |
| Gauze | ፋሻ |
| Get | አገኘ |
| Get off (disembark) | ወረደ |
| Gift | ስጦታ |
| Girl | ሴት ልጅ |
| Girlfriend | የሴት ጓደኛ |
| Give | መስጠት |
| Glass | ብርጭቆ |
| Glasses (eyeglasses) | መነፀር |
| Gloves | ጓንት |
| Glue | ማጣበቂያ |
| Go (walk) | ሂድ |
| Go (drive) | ንዳ |
| Go out | ውጣ |
| God (deity) | እግዚአብሄር |
| Gold | ወርቅ |
| Good | ጥሩ |

| English | አማርኛ |
|---|---|
| Government | መንግስት |
| Gram | ግራም |
| Granddaughter | ሴት የልጅ ልጅ |
| Grandfather | ወንድ አያት |
| Grandmother | ሴት አያት |
| Grandson | ወንድ የልጅ ልጅ |
| Grass | ሳር |
| Grateful | ታላቅ |
| Grave | መቃብር |
| Great (wonderful) | ሰላምታ |
| Green | አረንጓዴ |
| Grey | ግራጫ |
| Grocery | መደብር |
| Grow | ማደግ |
| Guaranteed | ዋስትና ሰጠ |
| Guess | ግምት |
| Guilty | ወንጀለኛ |
| Guitar | ጊታር |
| Gun | የጦር መሳርያ |
| Gym | የስፓርት መስሪያ |

| English | አማርኛ |
|---|---|

**H**

| | |
|---|---|
| Hair | ፀጉር |
| Hairbrush | የፀጉር ማበጠሪያ |
| Haircut | የፀጉር ቁርጥ |
| Half | ግማሽ |
| Hand | እጅ |
| Handbag | የእጅ ቦርሳ |
| Handkerchief | መሀርብ |
| Handmade | በእጅ የተሰራ |
| Handsome | መልከ መልካም |
| Happy | ደስተኛ |
| Hard (firm) | ጠንካራ |
| Hard-boiled | ግትር |
| Hat | ባርኔጣ |
| Have | አለው/አላት |
| Have a cold | በጉንፋን መያዝ |
| Have fun | መዝናናት |
| He | እሱ |
| Head | ራስ |
| Headache | ራስ ምታት |

| English | አማርኛ |
| --- | --- |
| Headlights | የግንባር ባትሪ |
| Health | ጤና |
| Hear | መስማት |
| Heart | ልብ |
| Heat | ሙቀት |
| Heated | የሞቀ |
| Heater | ማሞቂያ |
| Heavy | ከባድ |
| Helmet | ሄልሜት |
| Help | እርዳታ |
| Her (hers) | እሷ |
| Herb | እፅ |
| Herbal | እጸ ነክ |
| Here | እዚህ |
| High (steep) | ከፍታ |
| High school | ሁለተኛ ደረጃ ትምህርት ቤት |
| Highway | ትልቅ ጎዳና |
| Hike (noun) | በእግር መጓዝ |
| Hiking | የእግር ጉዞ ማድረግ |
| Hill | ዳገት |
| Hire | መቅጠር |
| His | የእሱ |

| English | አማርኛ |
|---|---|
| History | ታሪክ |
| Holiday | በዐል |
| Holidays | በዐላት |
| Home | ቤት |
| Honey | ማር |
| Horse | ፈረስ |
| Hospital | ሆስፒታል |
| Hot | ሞቃት |
| Hot water | ሙቅ ውሀ |
| Hotel | ሆቴል |
| Hour | ሰዐት |
| House | ቤት |
| How | እንዴት |
| How much | ምን ያህል |
| Hug | ማቀፍ |
| Humid | እርጥበት አዘል |
| Hungry (famished) | መራብ |
| Hurt (adjective) | መጉዳት |
| Husband | ባል |

| English | አማርኛ |
|---------|------|

I

| Ice | በረዶ |
|-----|-----|
| Ice cream | አይስክሬም |
| Identification | መታወቂያ |
| ID card | መታወቂያ ካርድ |
| Idiot | ደደብ |
| If | ከሆነ |
| Ill | መታመም |
| Important | ጠቃሚ |
| Impossible | የማይቻል |
| In | ውስጥ |
| (be) in a hurry | በፍጥነት |
| In front of | ከፊት ለፊት |
| Included | አጠቃሎ |
| Indoor | ቤት ውስጥ |
| Information | መረጃ |
| Ingredient | ቅመማ ቅመም |
| Injury | ጉዳት |
| Innocent | ንፁህ ሰው |
| Inside | ውስጥ |

| English | አማርኛ |
|---|---|
| Interesting | ማራኪ |
| Invite | መጋበዝ |
| Island | ደሴት |
| It | እሱ/እሷ (ሰው ላልሆነ) |
| Itch | ማሳከክ |

**J**

| | |
|---|---|
| Jacket | ጃኬት |
| Jail | እስር ቤት |
| Jar | ጆግ |
| Jaw | መንጋጭላ |
| Jeep | ጂፕ መኪና |
| Jewelry | ጌጣጌጥ |
| Job | ስራ |
| Jogging | ሶምሶማ ሩጫ |
| Joke | ቀልድ |
| Juice | ጭማቂ |
| Jumper (cardigan) | ዝላይ ስፓርተኛ |

| **English** | **አማርኛ** |
|---|---|

**K**

| | |
|---|---|
| Key | ቁልፍ |
| Keyboard | ኪቦርድ(የቁልፍ ሰሌዳ) |
| Kilogram | ኪሎግራም |
| Kilometer | ኪሎ ሜትር |
| Kind (sweet) | ደግ |
| Kindergarten | መዋዕለ ህፃናት |
| King | ንጉስ |
| Kiss | መሳም |
| Kiss | መ'ሳም |
| Kitchen | ጓዳ |
| Knee | ጉልበት |
| Knife | ቢለዋ |
| Know | ማወቅ |

**L**

| | |
|---|---|
| Lace | የጫማ ማሰሪያ |
| Lake | ሀይቅ |
| Land | መሬት |

| English | አማርኛ |
|---|---|
| Language | ቋንቋ |
| Laptop | ላፕቶፕ |
| Large | ትልቅ |
| Last (finale) | የመጨረሻ |
| Last (previously) | ተቀመጠ |
| Law (edict) | ህግ |
| Lawyer | አቃቤ ህግ |
| Lazy | ሰነፍ |
| Leader | መሪ |
| Learn | ዘለላ |
| Leather | የቆዳ ውጤት |
| Left (leftward) | ግራ |
| Leg | እግር |
| Legal | ህጋዊ |
| Lemon | ሎሚ |
| Lemonade | ሌሞናደ |
| Lens | ሌንስ |
| Lesbian | ሰዶማዊት ሴት |
| Less | ትንሽ |
| Letter (envelope) | መልዕክት |
| Lettuce | ሰላጣ |
| Liar | ውሸታም |

| English | አማርኛ |
| --- | --- |
| Library | ቤተ መፅሀፍት |
| Lie (lying) | ማረፊያ |
| Lie (falsehood) | ውሸት |
| Life | ህይወት |
| Light | ብርሀን |
| Light (pale) | የብርሀን ማስገቢያ |
| Light (weightless) | ቀላል |
| Light bulb | አምፑል |
| Lighter (ignited) | ላይተር |
| Like (verb) | ወደደ |
| Lime | ኖራ |
| Lips | ከንፈር |
| Lipstick | ሊፕስቲክ |
| Liquor store | የአልኮል መሻጫ |
| Listen | ማዳመጥ |
| Little (few) | ትንሽ |
| Little (tiny) | አነስተኛ |
| Live (occupy) | መኖር |
| Local | አካባቢ |
| Lock (verb) | መቆለፍ |
| Locked | የተቆለፈ |
| Long | ረዥም |

| English | አማርኛ |
|---------|------|
| Look | መመልከት |
| Look for | መፈለግ |
| Lose | ማጣት |
| Lost | መጥፋት |
| Lot | ብዙ |
| Loud | ጮክ ያለ |
| Love | ፍቅር |
| Low | ዝቅተኛ |
| Luck | እድል |
| Lucky | እድለኛ |
| Luggage | ጓዝ |
| Lump | አምፖል |
| Lunch | ምሳ |
| Luxury | ቅንጦት |

## M

| Machine | ማሽን |
|---------|------|
| Magazine | መጽሄት |
| Mail (mailing) | መልዕክት |
| Mailbox | የመልዕክት ሳጥን |
| Main | ዋና |

| English | አማርኛ |
|---|---|
| Main road | ዋና መንገድ |
| Make | መስራት |
| Make-up | ሜክ አፕ |
| Man | ሰው |
| Many | ብዙ |
| Map | ካርታ |
| Market | ገበያ |
| Marriage | ጋብቻ |
| Marry | ማግባት |
| Matches (matchbox) | ክብሪት |
| Mattress | ፍራሽ |
| Maybe | ምናልባት |
| Me | እኔ |
| Meal | ምግብ |
| Meat | ስጋ |
| Medicine (medicinal) | መድሀኒት |
| Meet | መገናኘት |
| Meeting | ስብሰባ |
| Member | አባል |
| Message | መልዕክት |
| Metal | ብረት |
| Meter | ሜትር |

| English | አማርኛ |
|---------|------|
| Microwave | ማይክሮዌቭ |
| Midday | ቀትር |
| Midnight | እኩለ ሌሊት |
| Military (noun) | ወታደር |
| Milk | ወተት |
| Millimeter | ሚሊሜትር |
| Minute (moment) | ደቂቃ |
| Mirror | መስታወት |
| Miss (lady) | ወይዘሮ |
| Miss (mishap) | ወይዘሪት |
| Mistake | ስህተት |
| Mobile phone | ሞባይል ስልክ |
| Modern | ዘመናዊ |
| Money | ገንዘብ |
| Month | ወር |
| More | ተጨማሪ |
| Morning | ጠዋት |
| Mosquito | ትንኝ |
| Motel | ሞቴል |
| Mother | እናት |
| Mother-in-law | የእንጀራ እናት |
| Motorbike | ሞተር ሳይክል |

| English | አማርኛ |
|---------|------|
| Motorboat | ሞተር ጀልባ |
| Mountain | ተራራ |
| Mountain range | የተራራ ክልል |
| Mouse | አይጥ |
| Mouth | አፍ |
| Movie | ፊልም |
| Mr. | አቶ |
| Mrs./Ms | ወይዘሮ/ወይዘሪት |
| Mud | ጭቃ |
| Murder | ግድያ |
| Muscle | ጡንቻ |
| Museum | ሙዝየም |
| Music | ሙዚቃ |
| Mustard | ሰናፍጭ |
| Mute (adjective) | ድዳ |
| My | የኔ |

# N

| Nail clippers | የጥፍር መቁረጫ |
|---------------|-----------|
| Name (moniker) | ስም |
| Name (term) | ስም አወጣ |

| English | አማርኛ |
|---|---|
| Name (surname) | ስያሜ |
| Napkin | ማበሻ |
| Nature | ተፈጥሮ |
| Nausea | ማቅለሽለሽ |
| Near (close) | ቅርብ |
| Nearest | የሚቀርብ |
| Necessity | አስፈላጊ |
| Neck | አንገት |
| Necklace | የአንገት ሀብል |
| Need (verb) | ፈለገ |
| Needle (stitch) | መርፌ |
| Negative | ኔጋቲቭ |
| Neither...nor... | ከሁለቱ ለአንዱም ያልሆነ |
| Net | መረብ |
| Never | ፍጹም |
| New | አዲስ |
| News | ዜና |
| Newspaper | ጋዜጣ |
| Next (ensuing) | ቀጣይ |
| Next to | ቀጥሎ |
| Nice | ጥሩ |
| Nickname | ቅጽል ስም |

| English | አማርኛ |
|---------|------|
| Night | ምሽት |
| Nightclub | የምሽት ክለብ |
| No | አይደለም |
| Noisy | ጫጫታማ |
| None | ምንም |
| Nonsmoking | የማያጨስ |
| Noon | ከሰዐት |
| North | ሰሜን |
| Nose | አፍንጫ |
| Not | የለም |
| Notebook | ማስታወሻ ደብተር |
| Nothing | ምንም |
| Now | አሁን |
| Number | ቁጥር |
| Nurse | ነርስ |
| Nut | ለውዝ |

# O

| Ocean | ውቅያኖስ |
|--------|------|
| Off (strange) | የጠፋ |
| Office | ቢሮ |

| English | አማርኛ |
|---|---|
| Often | ዘወትር |
| Oil (oily) | ዘይት |
| Old | አሮጌ |
| On | በ....ላይ |
| On time | በሰዐቱ |
| Once | አንዴ |
| One | አንድ |
| One-way | አንድ መንገድ |
| Only | ብቻ |
| Open | ክፍት |
| Operation (process) | ክንዋኔ |
| Operator | ኦፕሬተር ባለሙያ |
| Opinion | ግለ ሀሳብ |
| Opposite (noun) | ተቃዋሚ |
| Or | ወይም |
| Orange (citrus) | ብርቱካን |
| Orange (color) | ብርቱካናማ |
| Orchestra | ኦርኬስትራ |
| Order | ትዕዛዝ |
| Order | አደረጃጀት |
| Ordinary | የተለመደ |
| Original | ወጥ |

| English | አማርኛ |
|---|---|
| Other | ሌላ |
| Our | የኛ |
| Outside | ውጭ |
| Oven | ኦቨን |
| Overnight | ባንድ አፍታ |
| Overseas | ባህር ማዶ |
| Owner | ባለቤት |
| Oxygen | ኦክስጂን |

**P**

| | |
|---|---|
| Package | ማሸጊያ |
| Packet | የታሰረ እቃ |
| Padlock | ጓጉንቸር ቁልፍ |
| Page | ገጽ |
| Pain | ህመም |
| Painful | የሚያም |
| Painkiller | የህመም ማስታገሻ |
| Painter | ቀለም ቀቢ |
| Painting (canvas) | ቀለም ቅብ |
| Painting (the art) | ስዕል |
| Pair | ጥንድ |

| English | አማርኛ |
|---|---|
| Pan | መጥበሻ |
| Pants (slacks) | ሱሪ |
| Paper | ወረቀት |
| Paperwork | የጽሁፍ ስራ |
| Parents | ወላጆች |
| Park | ፓርክ |
| Park (parking) | የመኪና ማቆሚያ |
| Part (piece) | ክፋይ |
| Part-time | ትርፍ ጊዜ |
| Party (celebration) | ፓርቲ (ጭፈራ) |
| Party (political) | የፖለቲካ ፓርቲ |
| Pass (verb) | ማሳለፍ |
| Passenger | ተጓዥ |
| Passport | ፓስፖርት |
| Past (ago) | በፊት |
| Path | መንገድ |
| Pay | መክፈል |
| Payment | ክፍያ |
| Peace | ሰላም |
| Peach | ኮክ |
| Peanut | ኦቾለኒ |
| Pear | ፒር ፍሬ |

| English | አማርኛ |
|---|---|
| Pedal | ፔዳል |
| Pedestrian | እግረኛ ተጓዥ |
| Pen | እስኪብርቶ |
| Pencil | እርሳስ |
| People | ሰዎች |
| Pepper (peppery) | በርበሬ |
| Per | በ እጅ |
| Per cent | ፐርሰንት |
| Perfect | ትክክለኛ |
| Performance | ትግበራ |
| Perfume | ሽቶ |
| Permission (permit) | ፈቃድ |
| Person | ሰው |
| Petrol | ነዳጅ |
| Petrol station | ነዳጅ ማደያ |
| Pharmacy | መድሀኒት ቤት |
| Phone book | የስልክ ደብተር |
| Photo | ፎቶ |
| Photographer | ፎቶ አንሺ |
| Pigeon | ቡላል |
| Pie | ሶስት ማዕዘን የተቆረሰ ኬክ |
| Piece | ቁራጭ |

| English | አማርኛ |
|---|---|
| Pig | አሳማ |
| Pill | ክኒን |
| Pillow | ትራስ |
| Pillowcase | የትራስ ልብስ |
| Pink | ሮዝ |
| Place | ቦታ |
| Plane | አውሮፕላን |
| Planet | ፕላኔት |
| Plant | እጽዋት |
| Plastic | ፕላስቲክ |
| Plate | ሰሀን |
| Play (strum) | መጫወት |
| Play (theatrical) | መተወን |
| Plug (stopper) | ውታፍ |
| Plug (socket) | ተሰኪ |
| Plum | ፕለም ፍሬ |
| Pocket | ኪስ |
| Point (noun) | ነጥብ |
| Poisonous | መርዛማ |
| Police | ፖሊስ |
| Police officer | ፖሊስ ኦፊሰር |
| Police station | ፖሊስ ስቴሽን |

| English | አማርኛ |
|---|---|
| Politics | ፖለቲካ |
| Pollution | ብክለት |
| Pool (basin) | የውሀ ገንዳ |
| Poor | ደሀ |
| Popular | ታዋቂ |
| Pork | የአሳማ ስጋ |
| Port (dock) | ወደብ |
| Positive | ፖዘቲቭ |
| Possible | የሚቻል |
| Postcard | ፖስት ካርድ |
| Post office | ፖስታ ቤት |
| Pot (kettle) | በራድ |
| Potato | ድንች |
| Pottery | ሸክላ ስራ |
| Pound (ounces) | ፓውንድ |
| Poverty | ድህነት |
| Powder | ፖውደር ዱቄት |
| Power | ሀይል |
| Prayer | ጸሎት |
| Prefer | መረጠ |
| Pregnant | ነፍሰ ጡር |
| Prepare | ማዘጋጀት |

| English | አማርኛ |
|---|---|
| Prescription | ትዕዛዝ |
| Present (treat) | አስተዋወቀ |
| Present (now) | አሁን |
| President | ፕሬዝዳንት |
| Pressure | ግፊት |
| Pretty | ቆንጆ |
| Price | ዋጋ |
| Priest | ቄስ |
| Printer (printing) | ፕሪንተር |
| Prison | እስር ቤት |
| Private | የግል |
| Produce (verb) | ማዘጋጀት |
| Profit | ትርፍ |
| Program | መርሀ ግብር |
| Promise (verb) | ቃል መግባት |
| Protect | መከላከል |
| Pub | መጠጥ ቤት |
| Public toilet | የህዝብ መጸዳጃ ቤት |
| Pull | መጎተት |
| Pump | ፓምፕ |
| Pumpkin | ዱባ |
| Pure | ንጹህ |

| English | አማርኛ |
|---|---|
| Purple | ወይን ጠጅ |
| Purse | ቦርሳ |
| Push | መግፋት |
| Put | ማስቀመጥ |

## Q

| | |
|---|---|
| Quality | ጥራት |
| Quarter (portion of a whole) | ሩብ |
| Queen | ንግስት |
| Question | ጥያቄ |
| Queue | ሰልፍ |
| Quick | ፈጣን |
| Quiet | ጸጥታ |
| Quit | ማቋረጥ |

## R

| | |
|---|---|
| Rabbit | ጥንቸል |
| Race (running) | ውድድር |
| Radiator | ሞተር ማቀዝቀዣ (ራዲያቶር) |
| Radio | ሬዲዮ |

| English | አማርኛ |
|---|---|
| Rain (noun) | ዝናብ |
| Raincoat | የዝናብ ልብስ |
| Rare (exotic) | ብርቅ |
| Rare (unique) | ልዩ |
| Rash | ሽ'ፍታ |
| Raspberry | እንጆሪ |
| Rat | አይጥ |
| Raw | ጥሬ |
| Razor | ምላጭ |
| Read | ማንበብ |
| Reading | ንባብ |
| Ready | ዝግጁ |
| Rear (behind) | ጀርባ |
| Reason | ምክንያት |
| Receipt | መቀበል |
| Recently | በቅርቡ |
| Recommend | ብቃቱን መሰከረለት |
| Record (music) | ቀረጸ |
| Recycle | ድግመ ኡደት |
| Red | ቀይ |
| Refrigerator | ማቀዝቀዣ |
| Refund (noun) | ተመላሽ ገንዘብ |

| English | አማርኛ |
|---|---|
| Refuse (verb) | አለመቀበል |
| Regret | መቆጨት |
| Relationship | ግንኙነት |
| Relax | ዘና ማለት |
| Relic | ቅርስ |
| Religion | ሀይማኖት |
| Religious | ሀይማኖታዊ |
| Remote | ሩቅ |
| Rent (verb) | መበደር |
| Repair (noun) | መጠገን |
| Reservation (reserving) | አስቀድሞ መያዝ |
| Rest (verb) | ማረፍ |
| Restaurant | ሬስቶራንት |
| Return (homecoming) | ተመልሶ መምጣት |
| Return (returning) | መመለስ |
| Review (noun) | መመርመር |
| Rhythm | ስንኝ |
| Rib | ጎድን |
| Rice | ሩዝ |
| Rich (prosperous) | ሀብታም |
| Ride | ተጓዘ |
| Ride (riding) | መንዳት |

| English | አማርኛ |
|---|---|
| Right (appropriate) | ትክክለኛ |
| Right (rightward) | ቀኝ |
| Ring (bauble) | ቀለበት |
| Ring (ringing) | መጥራት |
| Rip-off | ማንሳት |
| River | ወንዝ |
| Road | መንገድ |
| Rob | መዝረፍ |
| Robbery | ዝርፊያ |
| Rock (noun) | አለት |
| Romantic | የፍቅር ስሜት |
| Room (accommodation) | ክፍል |
| Room (chamber) | የእንግዳ ማረፊያ |
| Room number | ክፍል ቁጥር |
| Rope | ገመድ |
| Round | ዙር |
| Route | መንገድ |
| Rug | ስጋጃ |
| Ruins | ፍርስራሽ |
| Rule (noun) | ህግ |
| Rum | የስኳር አገዳ አረቄ |
| Run | ሩጫ |

| English | አማርኛ |
|---------|------|
| Running | መሮጥ |

## S

| | |
|---------|------|
| Sad | ተከፋ |
| Safe | ደህንነቱ የተጠበቀ |
| Salad | ሰላጣ |
| Sale (special) | ማጣሪያ ሽያጭ |
| Sales tax | የሽያጭ ቀረጥ |
| Salmon | ሳልሞን አሳ |
| Salt | ጨው |
| Same | ተመሳሳይ |
| Sand | አሸዋ |
| Sandal | ሰንደል ጫማ |
| Sauce | ሶስ |
| Saucepan | የሶስ መጥበሻ |
| Sauna | ሳውና |
| Say | መናገር |
| Scarf | የአንገት ፎጣ |
| School | ትምህርት ቤት |
| Science | ሳይንስ |
| Scientist | ሳይንቲስት |

| English | አማርኛ |
|---|---|
| Scissors | መቀስ |
| Sea | ባህር |
| Seasickness | የባህር ጉዞ ላይ የሚያጋጥም ህመም |
| Season | ወቅት |
| Seat | መቀመጫ |
| Seatbelt | የወንበር ቀበቶ |
| Second (moment) | ሰኮንድ |
| Second | ሁለተኛ |
| See | ማየት |
| Selfish | ራስ ወዳድ |
| Sell | መሸጥ |
| Send | መላክ |
| Sensible | ልብ የሚል |
| Sensual | ስጋዊ |
| Separate | የተለያየ |
| Serious | ብርቱ |
| Service | አገልግሎት |
| Several | ብዙ |
| Sew | መስፋት |
| Sex | ጾታ |
| Sexism | ጾታዊ ጥቃት |
| Sexy | አማላይ |

| English | አማርኛ |
|---|---|
| Shade (shady) | አጠራጣሪ |
| Shampoo | የጸጉር ሳሙና |
| Shape (noun) | ቅርጽ |
| Share (sharing) | ማጋራት |
| Share (allotment) | ድርሻ |
| Shave | መላጨት |
| Shaving cream | የፊት ክሬም |
| She | እሷ |
| Sheet (linens) | አንሶላ |
| Ship | መርከብ |
| Shirt | ሸሚዝ |
| Shoes | ጫማ |
| Shoot | ሰረጸ |
| Shop | ሱቅ |
| Shop | መግዛት |
| Shopping center | የገበያ ማዕከል |
| Short (low) | አጭር |
| Shortage | እጥረት |
| Shorts | ቁምጣ |
| Shoulder | ትከሻ |
| Shout (verb) | ጩሀት |
| Show | ማሳየት |

| English | አማርኛ |
|---|---|
| Show | ታየ |
| Shower | ሻወር |
| Shut | መዝጋት |
| Shy | አይን አፋር |
| Sick | የታመመ |
| Side | ጎን |
| Sign | ምልክት |
| Sign (signature) | መፈረም |
| Signature | ፊርማ |
| Silk | ሀር |
| Silver | ብርማ |
| Similar | ተመሳሳይ |
| Simple | ቀላል |
| Since | ከ .. ስለ |
| Sing | ማቀንቀን |
| Singer | አቀንቃኝ |
| Single (individual) | ነጠላ |
| Sister | እህት |
| Sit | መቀመጥ |
| Size (extent) | መጠን |
| Skin | ቆዳ |
| Skirt | ጉርድ ቀሚስ |

| English | አማርኛ |
|---|---|
| Sky | ሰማይ |
| Sleep | መተኛት |
| Sleepy | እንቅልፋም |
| Slice | ቁራጭ |
| Slow | ዝግ ያለ |
| Slowly | በዝግታ |
| Small | ትንሽ |
| Smell (noun) | ሽታ |
| Smile (noun) | ፈገግታ |
| Smoke (verb, cigarettes) | ጭስ |
| Snack | ስናክ |
| Snake | እባብ |
| Snow (noun) | በረዶ |
| Soap | ሳሙና |
| Socks | ካልሲ |
| Soda | ሶዳ |
| Soft-drink | ለስላሳ |
| Some | ጥቂት |
| Someone | የሆነ ሰው |
| Something | የሆነ ነገር |
| Son | ወንድ ልጅ |
| Song | መዝሙር |

| English | አማርኛ |
|---|---|
| Soon | በቅርቡ |
| Sore | ቁስል |
| Soup | ሳሙና |
| South | ደቡብ |
| Specialist | ስፔሻሊስት |
| Speed (rate) | ፍጥነት |
| Spinach | ስፒናች |
| Spoiled (rotten) | የተበላሸ |
| Spoke | መናገር |
| Spoon | ማንኪያ |
| Sprain (noun) | ወለምታ |
| Spring (season) | ፀደይ |
| Square (town center) | አደባባይ |
| Stadium | ስታዲየም |
| Stamp | ማህተም |
| Star | ኮኮብ |
| Star sign | የኮኮብ ምልክት |
| Start (verb) | መነሻ |
| Station (noun) | መናህሪያ |
| Statue | ሀውልት |
| Stay (sleepover) | መቆየት |
| Steak | ጥብስ |

| English | አማርኛ |
|---|---|
| Steal | ብረት |
| Steep | ሰንሰለታማ |
| Step | ደረጃ |
| Stolen | የተሰረቀ |
| Stomach | ሆድ |
| Stomach ache | ሆድ ቁርጠት |
| Stone | ድንጋይ |
| Stop (station) | መቆሚያ |
| Stop (halt) | ማስቆም |
| Stop (avoid) | ማገድ |
| Storm | ሞገድ |
| Story | ታሪክ |
| Stove | የኤሌክትሪክ ምድጃ |
| Straight | ቀጥ ያለ |
| Strange | ያልተለመደ |
| Stranger | እንግዳ |
| Strawberry | እንጆሪ |
| Street | መንገድ |
| String | ገመድ |
| Stroller | የልጅ ጋሪ |
| Strong | ጠንካራ |
| Stubborn | ግትር |

| English | አማርኛ |
|---|---|
| Student | ተማሪ |
| Studio | ስቱዲዮ |
| Stupid | ደደብ |
| Suburb | የመኖሪያ መንደር |
| Subway (underground) | የምድር ውስጥ ባቡር መንገድ |
| Sugar | ስኳር |
| Suitcase | ሻንጣ |
| Summer | ክረምት(የፈረንጅ በጋ) |
| Sun | ጸሀይ |
| Sun block | የቆዳ ክሬም |
| Sunburn | የተቃጠለ ፊት |
| Sunglasses | የጸሀይ መነጽር |
| Sunny | ጸሀያማ |
| Sunrise | ንጋት |
| Sunset | ግብዐተ ጸሀይ |
| Supermarket | ሱፐር ማርኬት |
| Surf | የባህር ሞገድ |
| Surprise (noun) | አስደናቂ |
| Sweater | ሹራብ |
| Sweet | ጣፋጭ |
| Swelling | እብጠት |
| Swim | መዋኘት |

| English | አማርኛ |
|---|---|
| Swimming pool | የመዋኛ ገንዳ |
| Swimsuit | የዋና ልብስ |

**T**

| | |
|---|---|
| Table | ጠረቤዛ |
| Tablecloth | የጠረቤዛ ልብስ |
| Tall | ረዥም |
| Take | መውሰድ |
| Take photos | ፎቶ ማንሳት |
| Talk | ወሬ |
| Tap | ቡሽ ውታፍ |
| Tap water | የባንቧ ውሀ |
| Tasty | ጣፋጭ |
| Tea | ሻይ |
| Teacher | መምህር |
| Team | ቡድን |
| Teaspoon | የሻይ ማንኪያ |
| Teeth | ጥርስ |
| Telephone | ስልክ |
| Television | ቴሌቪዥን |
| Tell | መንገር |

| English | አማርኛ |
|---|---|
| Temperature (feverish) | ትኩሳት |
| Temperature (degrees) | የሙቀት መጠን |
| Terrible | አስደንጋጭ |
| Thank | ምስጋና |
| That (one) | ያ |
| Theater | ቲያትር |
| Their | የእነርሱ |
| There | እዚያ |
| Thermometer | ቴርሞ ሜትር |
| They | እነሱ |
| Thick | ወፍራም |
| Thief | ሌባ |
| Thin | ቀጭን |
| Think | ማሰብ |
| Third | ሶስተኛ |
| Thirsty (parched) | መጠማት |
| This (one) | ይህ |
| Throat | ጉሮሮ |
| Ticket | ቲኬት |
| Tight | ጠባብ |
| Time | ጊዜ |
| Time difference | የጊዜ ልዩነት |

| English | አማርኛ |
|---|---|
| Tin (aluminum can) | ቆርቆሮ |
| Tiny | ትንሽ |
| Tip (tipping) | ቲፕ መስጠት |
| Tire | ጎማ |
| Tired | ድካም |
| Tissues | ሶፍት |
| To | ለ |
| Toast (toasting) (raise a glass) | ጽዋ ማንሳት |
| Toaster | ጽዋ የሚያነሳ |
| Tobacco | ትምባሆ |
| Today | ዛሬ |
| Toe | የእግር ጣት |
| Together | በአንድላይ |
| Toilet | መጸዳጃ ቤት |
| Toilet paper | የመጸዳጃ ቤት ሶፍት |
| Tomato | ቲማቲም |
| Tomorrow | ነገ |
| Tonight | ዛሬ ማታ |
| Too (additionally) | በተጨማሪም |
| Too (excessively) | ከዚህም በላይ |
| Tooth | ጥርስ |
| Toothbrush | የጥርስ ቡርሽ |

| English | አማርኛ |
|---------|------|
| Toothpaste | የጥርስ ሳሙና |
| Touch | ንክኪ |
| Tour | ጉብኝት |
| Tourist | ቱሪስት |
| Towards | ወደ |
| Towel | ፎጣ |
| Tower | ማማ |
| Track (pathway) | መንገድ |
| Track (racing) | የውድድር መንገድ |
| Trade (trading) | ንግድ |
| Trade (career) | ስራ |
| Traffic | ትራፊክ |
| Traffic light | የትራፊክ መብራት |
| Trail | ጅራት |
| Train | ባቡር |
| Train station | ባቡር ጣቢያ |
| Tram | ትራም መኪና |
| Translate | መተርጎም |
| Translation | ትርጉም |
| Transport | መጓጓዣ |
| Travel | ጉዞ |
| Tree | ዛፍ |

| English | አማርኛ |
|---|---|
| Trip (expedition) | ጉዞ |
| Truck | ከባድ መኪና |
| Trust (verb) | መተማመን |
| Try (trying) | ጥረት ማድረግ |
| Try (sip) | መሞከር |
| T-shirt | ቲሸርት(ከናቴራ) |
| Turkey | ተርኪ |
| Turn | መገልበጥ |
| TV | ቲቪ |
| Tweezers | ወረንጦ |
| Twice | ሁለቴ |
| Twins | መንታ |
| Two | ሁለት |
| Type (noun) | አይነት |
| Typical | የተለመደ |

**U**

| | |
|---|---|
| Umbrella | ጥላ |
| Uncomfortable | የማይመች |
| Understand | ተገነዘበ |
| Underwear | የውስጥ ሱሪ |

| English | አማርኛ |
|---------|------|
| Unfair | ኢፍትሀዊ |
| Until | እስከ |
| Unusual | ያልተለመደ |
| Up | በላይ |
| Uphill | ሽቅብ |
| Urgent | አስቸኳይ |
| Useful | ጠቃሚ |

## V

| | |
|---------|------|
| Vacation | የእረፍት ጊዜ |
| Valuable | ዋጋ የሚያወጣ |
| Value (noun) | ዋጋ |
| Van | ሚኒባስ |
| Vegetable | አትክልት |
| Vegetarian | አትክልት ተመጋቢ |
| Venue | የትያትር አዳራሽ |
| Very | በጣም |
| Video recorder | ቪዲዮ መቅረጫ |
| View (noun) | እይታ |
| Village | መንደር |
| Vinegar | ሆምጣጤ |

| English | አማርኛ |
|---------|------|
| Virus | ቫይረስ |
| Visit | መምጣት |
| Visit | ጉብኝት |
| Voice | ድምጽ |
| Vote | መምረጥ |

## W

| | |
|---------|------|
| Wage | ክፍያ |
| Wait | መጠበቅ |
| Waiter | አስተናጋጅ |
| Waiting room | መቆያ ክፍል |
| Wake (someone) up | ማንቃት |
| Walk | መራመድ |
| Want | መፈለግ |
| War | ጦርነት |
| Wardrobe | የልብስ መስቀያ |
| Warm | ሞቃት |
| Warn | ማስጠንቀቅ |
| Wash (bathe) | መታጠብ |
| Wash (scrub) | ማጠብ |
| Wash cloth | ልብስ ማጠብ |

| English | አማርኛ |
|---|---|
| Washing machine | የልብስ ማጠቢያ ማሽን |
| Watch | ሰዐት |
| Watch | መመልከት |
| Water | ውሀ |
| Water bottle | የውሀ ጠርሙስ |
| Watermelon | ሀባብ |
| Waterproof | ውሀ |
| Wave (noun) | ሞገድ |
| Way | መንገድ |
| We | እኛ |
| Wealthy | ሀብታም |
| Wear | መልበስ |
| Weather | የአየር ሁኔታ |
| Wedding | ጋብቻ |
| Week | ሳምንት |
| Weekend | የሳምንት መጨረሻ |
| Weigh | መዘነ |
| Weight | ሚዛን |
| Weights | ክብደት |
| Welcome | እንኳን ደህና መጡ |
| Well (good, adverb) | ደህና |
| West | ምዕራብ |

| English | አማርኛ |
|---|---|
| Wet | እርጥበታማ |
| What | ምንድን |
| Wheel | መዘውር |
| Wheelchair | ዊልቼር |
| When | መቼ |
| Where | የት |
| Which | የትኛው |
| White | ነጭ |
| Who | ማን |
| Why | ለምን |
| Wide | ሰፊ |
| Wife | ሚስት |
| Win (verb) | ማሸነፍ |
| Wind | ንፋስ |
| Window | መስኮት |
| Wine | ወይን ጠጅ |
| Winner | አሸናፊ |
| Winter | በጋ (የፈረንጅ ክረምት) |
| Wish (verb) | ምኞት |
| With | ከ ..... ጋር |
| Within (until) | ውስጥ |
| Without | ከ...ውጭ |

| English | አማርኛ |
|---|---|
| Wonderful | አስደናቂ |
| Wood | እንጨት |
| Wool | ሀር |
| Word | ቃል |
| Work (verb) | ስራ |
| World | አለም |
| Worried | ጭንቀት |
| Wrist | የእጅ አንጓ |
| Write | መፃፍ |
| Writer | ፀሀፊ |
| Wrong | ስህተት |

**Y**

| | |
|---|---|
| Year | አመት |
| Years | አመታት |
| Yellow | ቢጫ |
| Yes | አወ |
| Yesterday | ትላንት |
| (Not) yet | ገና |
| You | አንተ |
| You | አንቺ |

| English | አማርኛ |
|---------|------|
| Young | ወጣት |
| Your | እናንተ |

## Z

| | |
|---------|------|
| Zipper | ዚፕ |
| Zoo | መካነ አራዊት |
| Zucchini | ዝኩኒ |

# Amharic — English Dictionary

| አማርኛ | English |
|---|---|
| ኢትዮጵያ | Ethiopia |
| አዲስ አበባ | Addis Ababa |
| ኋላ | Back (backward position) |
| ሀር | Silk |
| ሀር | Wool |
| ሀባብ | Watermelon |
| ሁብታም | Rich (prosperous) |
| ሁብታም | Wealthy |
| ሀውልት | Statue |
| ሀይል | Power |
| ሀይማኖታዊ | Religious |
| ሀይማኖት | Religion |
| ሀይቅ | Lake |
| ሀገር | Country |
| ሁለተኛ | Second |
| ሁለተኛ ደረጃ ትምህርት ቤት | High school |
| ሁለቱም | Both |
| ሁለቴ | Twice |
| ሁለት | Two |
| ሁሉም | All |

| አማርኛ | English |
|---|---|
| ሁልጊዜ | Always |
| ሂሳብ | Account |
| ሂድ | Go (walk) |
| ሄልሜት | Helmet |
| ሄደ | Depart |
| ህልም | Dream |
| ህመም | Pain |
| ህንፃ | Building |
| ህይወት | Life |
| ህጋዊ | Legal |
| ህግ | Law (edict) |
| ህግ | Rule (noun) |
| ሆምጣጤ | Vinegar |
| ሆስፒታል | Hospital |
| ሆቴል | Hotel |
| ሆድ | Stomach |
| ሆድ ቁርጠት | Stomach ache |
| ለ | To |
| ለምን | Why |
| ለስላሳ | Soft-drink |
| ለስላሳ መጠጥ | Drink (beverage) |
| ለብቻ | Alone |

| አማርኛ | English |
|---|---|
| ለውዝ | Nut |
| ለዘላለም | Forever |
| ሊፕስቲክ | Lipstick |
| ላም | Cow |
| ላይተር | Lighter (ignited) |
| ላፕቶፕ | Laptop |
| ሌላ | Another |
| ሌላ | Other |
| ሌሞናደ | Lemonade |
| ሌባ | Thief |
| ሌንስ | Lens |
| ልምድ | Custom |
| ልምድ | Experience |
| ልብ | Heart |
| ልብ የሚል | Sensible |
| ልብስ | Clothing |
| ልብስ ማጠብ | Wash cloth |
| ልዩ | Rare (unique) |
| ልዩ በዐል | Celebration |
| ልጅ | Baby |
| ልጅ | Child |
| ልጅ | Daughter |

| አማርኛ | English |
|---|---|
| ልጆች | Children |
| ሎሚ | Lemon |
| መ' ሳም | Kiss |
| መሀርብ | Handkerchief |
| መሆን | Be |
| መለወጥ | Change (pocket change) |
| መላክ | Send |
| መላጨት | Shave |
| መልስ | Answer |
| መልስ (የገንዘብ) | Change (coinage) |
| መልበስ | Wear |
| መልዕክት | Letter (envelope) |
| መልዕክት | Mail (mailing) |
| መልዕክት | Message |
| መልከ መልካም | Handsome |
| መመለስ | Return (returning) |
| መመልከት | Look |
| መመልከት | Watch |
| መመርመር | Review (noun) |
| መመንዘር | Change |
| መመዝገብ | Enter |
| መሙላት | Fill |

| አማርኛ | English |
|---|---|
| መምህር | Teacher |
| መምረጥ | Choose |
| መምረጥ | Vote |
| መምጣት | Visit |
| መሞከር | Try (sip) |
| መሰልቸት | Bored |
| መሳም | Kiss |
| መስማማት | Agree |
| መስማት | Hear |
| መስራት | Do |
| መስራት | Make |
| መስቀል | Cross (crucifix) |
| መስታወት | Mirror |
| መስኮት | Window |
| መስጠት | Give |
| መስፋት | Sew |
| መረብ | Net |
| መረጃ | Information |
| መረጠ | Prefer |
| መሪ | Leader |
| መራመድ | Walk |
| መራራ | Bitter |

| አማርኛ | English |
|---|---|
| መራብ | Hungry (famished) |
| መሬት | Land |
| መርሀ ግብር | Program |
| መርሳት | Forget |
| መርከብ | Ship |
| መርዛማ | Poisonous |
| መርፌ | Needle (stitch) |
| መሮጥ | Running |
| መሸከም | Carry |
| መሸጥ | Sell |
| መቀመጥ | Sit |
| መቀመጫ | Seat |
| መቀስ | Scissors |
| መቀበል | Receipt |
| መቀየሪያ ክፍል | Changing room |
| መቀጮ | Fine |
| መቃብር | Grave |
| መቅረጥ | Cut |
| መቅጠር | Hire |
| መቆለፍ | Lock (verb) |
| መቆሚያ | Stop (station) |
| መቆየት | Stay (sleepover) |

| አማርኛ | English |
|---|---|
| መቆያ ክፍል | Waiting room |
| መቆጠር | Count |
| መቆጨት | Regret |
| መበደር | Rent (verb) |
| መብላት | Eat |
| መብረር | Fly (verb) |
| መተላለፊያ | Aisle |
| መተማመን | Trust (verb) |
| መተርጎም | Translate |
| መተንፈስ | Breathe |
| መተኛት | Sleep |
| መተወን | Play (theatrical) |
| መታመም | Ill |
| መታወቂያ | Identification |
| መታወቂያ ካርድ | ID card |
| መታጠቢያ ቤት | Bathroom |
| መታጠብ | Bath |
| መታጠብ | Wash (bathe) |
| መቻል | Can (have the ability) |
| መቼ | When |
| መነሻ | Departure |
| መነሻ | Start (verb) |

| አማርኛ | English |
|---|---|
| መነፀር | Glasses (eyeglasses) |
| መናህሪያ | Station (noun) |
| መናገር | Say |
| መናገር | Spoke |
| መንታ | Twins |
| መንደር | Village |
| መንዳት | Drive |
| መንዳት | Ride (riding) |
| መንገር | Tell |
| መንገድ | Path |
| መንገድ | Road |
| መንገድ | Route |
| መንገድ | Street |
| መንገድ | Track (pathway) |
| መንገድ | Way |
| መንጋጭላ | Jaw |
| መንግስት | Government |
| መኖር | Live (occupy) |
| መከላከል | Protect |
| መከስከስ | Crash (noun) |
| መከተል | Follow |
| መኪና | Car |

| አማርኛ | English |
|---|---|
| መካነ አራዊት | Zoo |
| መክፈል | Pay |
| መክፈቻ | Dawn |
| መወሰን | Decide |
| መዋኘት | Swim |
| መዋዕለ ህፃናት | Kindergarten |
| መዋዋል | Deal (card dealer) |
| መውሰድ | Take |
| መውጣት | Climb (verb) |
| መውጫ | Exit |
| መዘነ | Weigh |
| መዘውር | Wheel |
| መዘግየት | Delay (verb) |
| መዝሙር | Song |
| መዝረፍ | Rob |
| መዝናናት | Fun |
| መዝናናት | Have fun |
| መዝጊያ | Complimentary (on the house) |
| መዝጋት | Shut |
| መደሰት | Enjoy (enjoying) |
| መደብር | Borrow |
| መደብር | Department store |

| አማርኛ | English |
|---|---|
| መደብር | Grocery |
| መድሀኒት | Medicine (medicinal) |
| መድሀኒት ቤት | Pharmacy |
| መድረስ | Arrive |
| መጀመሪያ | First |
| መገልበጥ | Turn |
| መገናኘት | Meet |
| መጐዳት | Hurt (adjective) |
| መጋበዝ | Invite |
| መግቢያ | Gate (airport) |
| መግዛት | Shop |
| መግፋት | Push |
| መጎተት | Pull |
| መጓጓዣ | Transport |
| መጠማት | Thirsty (parched) |
| መጠበቅ | Wait |
| መጠን | Size (extent) |
| መጠየቅ | Ask (questioning) |
| መጠገን | Repair (noun) |
| መጠገኛ | Bandage |
| መጠጣት | Drink |
| መጠጥ ቤት | Pub |

| አማርኛ | English |
|---|---|
| መጣ | Come |
| መጥራት | Ring (ringing) |
| መጥበስ | Fry |
| መጥበሻ | Frying pan |
| መጥበሻ | Pan |
| መጥፋት | Lost |
| መጥፎ | Bad |
| መጨረስ | Finish (verb) |
| መጨረሻ | Bottom (on bottom) |
| መጨነቅ | Care for |
| መጨዋወት | Chat up |
| መጨፈር | Dancing |
| መጫወት | Play (strum) |
| መጫወቻ ካርታ | Cards (playing cards) |
| መጸዳጃ ቤት | Toilet |
| መፃፍ | Write |
| መፅሀፍ | Book |
| መጽሄት | Magazine |
| መፈለግ | Look for |
| መፈለግ | Want |
| መፈረም | Sign (signature) |
| ሙሉ | Full |

| አማርኛ | English |
|---|---|
| ሙሉ ጊዜ | Full-time |
| ሙቀት | Heat |
| ሙቅ ውሀ | Hot water |
| ሙዚቃ | Music |
| ሙዝ | Banana |
| ሙዝየም | Museum |
| ሚሊሜትር | Millimeter |
| ሚስት | Wife |
| ሚኒባስ | Van |
| ሚዛን | Weight |
| ማህተም | Stamp |
| ማማ | Tower |
| ማምጣት | Bring |
| ማሞቂያ | Heater |
| ማሰር | Arrest |
| ማሰብ | Think |
| ማሳለፍ | Pass (verb) |
| ማሳከክ | Itch |
| ማሳየት | Show |
| ማስቀመጥ | Put |
| ማስቆም | Stop (halt) |
| ማስታወሻ ደብተር | Notebook |

| አማርኛ | English |
|---|---|
| ማስጠንቀቅ | Warn |
| ማረፊያ | Lie (lying) |
| ማረፍ | Rest (verb) |
| ማራኪ | Interesting |
| ማር | Honey |
| ማሸነፍ | Win (verb) |
| ማሸጊያ | Package |
| ማሽን | Machine |
| ማቀንቀን | Sing |
| ማቀዝቀዣ | Fridge |
| ማቀዝቀዣ | Refrigerator |
| ማቀፍ | Hug |
| ማቅለሽለሽ | Nausea |
| ማቅረብ | Deliver |
| ማቋረጥ | Cancel |
| ማቋረጥ | Quit |
| ማበሻ | Napkin |
| ማበጠሪያ | Comb (noun) |
| ማብሰል | Cook |
| ማን | Who |
| ማንሳት | Rip-off |
| ማንቂያ ደወል | Alarm clock |

| አማርኛ | English |
|---|---|
| ማንቃት | Wake (someone) up |
| ማንበብ | Read |
| ማንኛውም | Everything |
| ማንኪያ | Spoon |
| ማዕከል | Center |
| ማዕዘን | Corner |
| ማወቅ | Know |
| ማዘጋጀት | Prepare |
| ማዘጋጀት | Produce (verb) |
| ማየት | See |
| ማይክሮዌቭ | Microwave |
| ማደግ | Grow |
| ማዳመጥ | Listen |
| ማድረቅ | Dry (warm up) |
| ማገድ | Stop (avoid) |
| ማጋራት | Share (sharing) |
| ማግባት | Marry |
| ማጠብ | Wash (scrub) |
| ማጠንከሪያ | Band-Aid |
| ማጣሪያ ሽያጭ | Sale (special) |
| ማጣበቂያ | Glue |
| ማጣት | Lose |

| አማርኛ | English |
|---|---|
| ማጣጣሚያ | Dessert |
| ማጭበርበር | Cheat (verb) |
| ማፅዳት | Cleaning |
| ሜትር | Meter |
| ሜክ አፕ | Make-up |
| ምላጭ | Razor |
| ምልክት | Sign |
| ምሳ | Lunch |
| ምስራቅ | East |
| ምስጋና | Thank |
| ምሽት | Evening |
| ምሽት | Night |
| ምቹ | Comfortable |
| ምናልባት | Maybe |
| ምን ያህል | How much |
| ምንም | Everyone |
| ምንም | None |
| ምንም | Nothing |
| ምንድን | What |
| ምኝታ ክፍል | Bedroom |
| ምኞት | Wish (verb) |
| ምዕራብ | West |

| አማርኛ | English |
|---|---|
| ምክር | Advice |
| ምክንያት | Because |
| ምክንያት | Reason |
| ምድረበዳ | Desert |
| ምግብ | Diet (adjective) |
| ምግብ | Food |
| ምግብ | Meal |
| ምግብ አዘጋጅ | Chef |
| ሞቃት | Hot |
| ሞቃት | Warm |
| ሞባይል ስልክ | Mobile phone |
| ሞተ | Die |
| ሞተር ማቀዝቀዣ (ራዲያቶር) | Radiator |
| ሞተር ሳይክል | Motorbike |
| ሞተር ጀልባ | Motorboat |
| ሞቴል | Motel |
| ሞትር ሳይክል / ብስክሌት | Bike |
| ሞገድ | Storm |
| ሞገድ | Wave (noun) |
| ሞግዚት | Babysitter |
| ሰሀን | Plate |
| ሰላም | Peace |

| አማርኛ | English |
|---|---|
| ሰላምታ | Great (wonderful) |
| ሰላጣ | Lettuce |
| ሰላጣ | Salad |
| ሰልፍ | Queue |
| ሰማይ | Sky |
| ሰሜን | North |
| ሰረጸ | Shoot |
| ሰነፍ | Lazy |
| ሰናፍጭ | Mustard |
| ሰንሰለታማ | Steep |
| ሰንደል ጫማ | Sandal |
| ሰዐት | Clock |
| ሰዐት | Hour |
| ሰዐት | Watch |
| ሰኮንድ | Second (moment) |
| ሰው | Man |
| ሰው | Person |
| ሰዎች | People |
| ሰዶማዊት ሴት | Lesbian |
| ሰፈር | Camp |
| ሰፊ | Wide |
| ሰፊ ክፍል | Double room |

| አማርኛ | English |
|---|---|
| ሱሪ | Pants (slacks) |
| ሱቅ | Shop |
| ሱፐር ማርኬት | Supermarket |
| ሲጋራ | Cigar |
| ሲጋራ | Cigarette |
| ሳል | Cough (verb) |
| ሳልሞን አሳ | Salmon |
| ሳሙና | Soap |
| ሳሙና | Soup |
| ሳምንት | Week |
| ሳር | Grass |
| ሳንቲም | Cent |
| ሳንቲም | Coins |
| ሳውና | Sauna |
| ሳይንስ | Science |
| ሳይንቲስት | Scientist |
| ሳጥን | Box |
| ሴት | Female |
| ሴት ልጅ | Girl |
| ሴት አያት | Grandmother |
| ሴት የልጅ ልጅ | Granddaughter |
| ሴንቲ ሜትር | Centimeter |

| አማርኛ | English |
|---|---|
| ስህተት | Mistake |
| ስህተት | Wrong |
| ስለ | About |
| ስልክ | Telephone |
| ስሜት | Feel (touching) |
| ስሜቶች | Feelings |
| ስም | Name (moniker) |
| ስም አወጣ | Name (term) |
| ስምምነት | Contract |
| ስራ | Job |
| ስራ | Trade (career) |
| ስራ | Work (verb) |
| ስብሰባ | Meeting |
| ስቱዲዮ | Studio |
| ስታዲየም | Stadium |
| ስናክ | Snack |
| ስንብት | Fare |
| ስንኝ | Rhythm |
| ስዕል | Painting (the art) |
| ስኳር | Sugar |
| ስያሜ | Name (surname) |
| ስጋ | Meat |

| አማርኛ | English |
|---|---|
| ስጋዊ | Sensual |
| ስጋጃ | Rug |
| ስጦታ | Gift |
| ስፒናች | Spinach |
| ስፔሻሊስት | Specialist |
| ሶምሶማ ሩጫ | Jogging |
| ሶስ | Sauce |
| ሶስተኛ | Third |
| ሶስት ማዕዘን የተቆረሰ ኬክ | Pie |
| ሶዳ | Soda |
| ሶፍት | Tissues |
| ረዥሃም | Long |
| ረዥም | Tall |
| ሩቅ | Far |
| ሩቅ | Remote |
| ሩብ | Quarter (portion of a whole) |
| ሩዝ | Rice |
| ሩጫ | Run |
| ራስ | Head |
| ራስ ምታት | Headache |
| ራስ ወዳድ | Selfish |
| ራት | Dinner |

| አማርኛ | English |
|---|---|
| ራዲዮ | Radio |
| ሬስቶራንት | Restaurant |
| ርካሽ | Cheap |
| ሮዝ | Pink |
| ሸሚዝ | Shirt |
| ሸክላ ስራ | Pottery |
| ሹራብ | Sweater |
| ሹካ | Fork |
| ሻማ | Candle |
| ሻንጣ | Suitcase |
| ሻወር | Shower |
| ሻይ | Tea |
| ሽ' ፍታ | Rash |
| ሽቅብ | Uphill |
| ሽታ | Smell (noun) |
| ሽቶ | Perfume |
| ቀለም | Color |
| ቀለም ቀቢ | Painter |
| ቀለም ቅብ | Painting (canvas) |
| ቀለበት | Ring (bauble) |
| ቀላል | Easy |
| ቀላል | Light (weightless) |

| አማርኛ | English |
|---|---|
| ቀላል | Simple |
| ቀልድ | Joke |
| ቀሚስ | Dress |
| ቀረጻ | Record (music) |
| ቀትር | Midday |
| ቀነ ቀጠሮ | Date (important notice) |
| ቀን | Date (specific day) |
| ቀን | Day |
| ቀኝ | Right (rightward) |
| ቀዝቀዝ ያለ | Cool (mild temperature) |
| ቀዝቃዛ | Cold |
| ቀይ | Red |
| ቀደም ሲል | Before |
| ቀጠሮ | Appointment |
| ቀጣይ | Next (ensuing) |
| ቀጥ ያለ | Straight |
| ቀጥሎ | Next to |
| ቀጥታ | Direct |
| ቀጭን | Thin |
| ቁልቁል ወረደ | Downhill |
| ቁልፍ | Key |
| ቁምጣ | Shorts |

| አማርኛ | English |
|---|---|
| ቁስል | Sore |
| ቁራጭ | Piece |
| ቁራጭ | Slice |
| ቁርስ | Breakfast |
| ቁርጭምጭሚት | Ankle |
| ቁጥር | Number |
| ቂጥ | Bottom (butt) |
| ቃል | Word |
| ቃል መግባት | Promise (verb) |
| ቄስ | Priest |
| ቅመማ ቅመም | Ingredient |
| ቅርስ | Relic |
| ቅርብ | Near (close) |
| ቅርጫት | Basket |
| ቅርጽ | Shape (noun) |
| ቅቤ | Butter |
| ቅንጦት | Luxury |
| ቅጽል ስም | Nickname |
| ቆርቆሮ | Tin (aluminum can) |
| ቆሻሻ | Dirty |
| ቆሻሻ | Garbage |
| ቆንጆ | Beautiful |

| አማርኛ | English |
|---|---|
| ቆንጆ | Pretty |
| ቆዳ | Skin |
| ቋንቋ | Language |
| በ እጅ | Per |
| በ. . . .ላይ | On |
| በኃላ | After |
| በላይ | At |
| በላይ | Up |
| በሌላ ተጫዋች ላይ ስህተት መስራት | Foul (noun, sports) |
| በልግ | Fall (autumnal) |
| በመሀከል | Between |
| በሰዐቱ | On time |
| በስራ የተጠመደ | Busy |
| በረራ | Fight (noun) |
| በረሮ | Cockroach |
| በረዶ | Ice |
| በረዶ | Snow (noun) |
| በራድ | Pot (kettle) |
| በር | Door |
| በርበሬ | Pepper (peppery) |
| በቃ | Enough |
| በቅርቡ | Recently |

| አማርኛ | English |
|---|---|
| በቅርቡ | Soon |
| በቆሎ | Corn |
| በተጨማሪም | Too (additionally) |
| በትክክል | Exactly |
| በነፃ | Free (no cost) |
| በዐላት | Holidays |
| በዐል | Holiday |
| በአንድላይ | Together |
| በእንፋሎት የደረቀ የአሳማ ስጋ | Bacon |
| በእጅ የተሰራ | Handmade |
| በእግር መጓዝ | Hike (noun) |
| በዝግታ | Slowly |
| በጉንፋን መያዝ | Have a cold |
| በጊዜ | Early |
| በጋ (የፈረንጅ ክረምት) | Winter |
| በጣም | Very |
| በፊት | Ago |
| በፊት | Past (ago) |
| በፍጥነት | (be) in a hurry |
| ቡላል | Pigeon |
| ቡርሽ | Brush |
| ቡሽ ውታፍ | Tap |

| አማርኛ | English |
|---|---|
| ቡኒ | Brown |
| ቡና | Coffee |
| ቡድን | Team |
| ቢለዋ | Knife |
| ቢራ | Beer |
| ቢራቢሮ | Butterfly |
| ቢሮ | Office |
| ቢጫ | Yellow |
| ባህር | Sea |
| ባህር ማዶ | Overseas |
| ባህር ዳርቻ | Beach |
| ባለቤት | Owner |
| ባል | Husband |
| ባርኔጣ | Hat |
| ባቡር | Train |
| ባቡር ጣቢያ | Train station |
| ባትሪ | Battery |
| ባንክ | Bank |
| ባንድ አፍታ | Overnight |
| ባዶ | Empty |
| ቤተ መንግስት | Castle |
| ቤተ መፅሀፍት | Library |

| አማርኛ | English |
|---|---|
| ቤተ ክርስትያን | Cathedral |
| ቤተሰብ | Family |
| ቤት | Home |
| ቤት | House |
| ቤት ውስጥ | Indoor |
| ብስክሌት | Bicycle |
| ብስክሌት መንዳት | Cycling |
| ብስክሌት ተወዳዳሪ | Cyclist |
| ብረት | Metal |
| ብረት | Steal |
| ብርሀን | Light |
| ብርማ | Silver |
| ብርቅ | Rare (exotic) |
| ብርቱ | Serious |
| ብርቱካናማ | Orange (color) |
| ብርቱካን | Orange (citrus) |
| ብርድ ልብስ | Blanket |
| ብርጭቆ | Glass |
| ብቃቱን መስከረለት | Recommend |
| ብቻ | Only |
| ብክለት | Pollution |
| ብዙ | Lot |

| አማርኛ | English |
|---|---|
| ብዙ | Many |
| ብዙ | Several |
| ቦርሳ | Bag |
| ቦርሳ | Purse |
| ቦታ | Place |
| ቦት ጫማ | Boots (shoes) |
| ተመላሽ ገንዘብ | Refund (noun) |
| ተመልሶ መምጣት | Return (homecoming) |
| ተመሳሳይ | Same |
| ተመሳሳይ | Similar |
| ተማሪ | Student |
| ተሰበረ | Break (verb) |
| ተሰባሪ | Fragile |
| ተሰኪ | Plug (socket) |
| ተራራ | Mountain |
| ተርኪ | Turkey |
| ተቀመጠ | Last (previously) |
| ተቀራራቢ | Close (adverb) |
| ተቀበለ | Admit |
| ተቃዋሚ | Opposite (noun) |
| ተቅማጥ | Diarrhea |
| ተንቀሳቃሽ መወጣጫ ደረጃ | Escalator |

| አማርኛ | English |
|---|---|
| ተንቀሳቃሽ ስልክ | Cell phone |
| ተከፋ | Sad |
| ተዘጋ | Closed |
| ተገነዘበ | Understand |
| ተጋባዥ እንግዳ | Date (companion) |
| ተጓዘ | Ride |
| ተጓዥ | Passenger |
| ተጨማሪ | More |
| ተፈጥሮ | Nature |
| ቱሪስት | Tourist |
| ቲማቲም | Tomato |
| ቲሸርት (ከናቴራ) | T-shirt |
| ቲኬት | Ticket |
| ቲያትር | Theater |
| ቲፕ መስጠት | Tip (tipping) |
| ቲቪ | TV |
| ታላቅ | Grateful |
| ታሪክ | History |
| ታሪክ | Story |
| ታዋቂ | Famous |
| ታዋቂ | Popular |
| ታየ | Show |

| አማርኛ | English |
|---|---|
| ቴሌቪዥን | Television |
| ቴርሞ ሜትር | Thermometer |
| ትኋን | Bug |
| ትላንት | Yesterday |
| ትልቅ | Big |
| ትልቅ | Large |
| ትልቅ አልጋ | Double bed |
| ትልቅ ጎዳና | Highway |
| ትምህርት | Education |
| ትምህርት ቤት | School |
| ትምባሆ | Tobacco |
| ትራም መኪና | Tram |
| ትራስ | Pillow |
| ትራፊክ | Traffic |
| ትርጉም | Translation |
| ትርፍ | Profit |
| ትርፍ ጊዜ | Part-time |
| ትንሽ | Few |
| ትንሽ | Less |
| ትንሽ | Little (few) |
| ትንሽ | Small |
| ትንሽ | Tiny |

| አማርኛ | English |
|---|---|
| ትንኝ | Mosquito |
| ትዕዛዝ | Order |
| ትዕዛዝ | Prescription |
| ትኩሳት | Fever |
| ትኩሳት | Temperature (feverish) |
| ትኩስ | Fresh |
| ትከሻ | Shoulder |
| ትክክለኛ | Perfect |
| ትክክለኛ | Right (appropriate) |
| ትግበራ | Performance |
| ቸኮሌት | Chocolate |
| ነርስ | Nurse |
| ነዳጅ | Gas (gasoline) |
| ነዳጅ | Petrol |
| ነዳጅ ማደያ | Petrol station |
| ነገ | Tomorrow |
| ነጠላ | Single (individual) |
| ነጥብ | Point (noun) |
| ነጭ | White |
| ነፍሰ ጡር | Pregnant |
| ኔጋቲቭ | Negative |
| ንባብ | Reading |

| አማርኛ | **English** |
|---|---|
| ንክሻ | Bite (dog bite) |
| ንክኪ | Touch |
| ንዳ | Go (drive) |
| ንጉስ | King |
| ንጋት | Sunrise |
| ንግስት | Queen |
| ንግድ | Trade (trading) |
| ንጹህ | Pure |
| ንፁህ | Clean (adjective) |
| ንፁህ ሰው | Innocent |
| ንፋስ | Wind |
| ኖራ | Lime |
| አሁን | Now |
| አሁን | Present (now) |
| አለመቀበል | Refuse (verb) |
| አለም | World |
| አለት | Rock (noun) |
| አለው/አላት | Have |
| አልኮል | Alcohol |
| አልጋ | Bed |
| አመታት | Years |
| አመት | Year |

| አማርኛ | English |
|---|---|
| አመዳይ | Frost |
| አማላይ | Sexy |
| አምፑል | Light bulb |
| አምፖል | Lump |
| አሳ | Fish |
| አሳማ | Pig |
| አሳንሰር | Elevator |
| አስቀመጠ | Deposit (noun) |
| አስቀያሚ | Awful |
| አስቀድሞ መያዝ | Reservation (reserving) |
| አስቂኝ | Funny |
| አስተናጋጅ | Waiter |
| አስተዋወቀ | Present (treat) |
| አስቸኳይ | Urgent |
| አስቸጋሪ | Difficult |
| አስደሳች | Cherry |
| አስደናቂ | Surprise (noun) |
| አስደናቂ | Wonderful |
| አስደንጋጭ | Terrible |
| አስፈላጊ | Necessity |
| አስፕሪን | Aspirin |
| አረንጓዴ | Green |

| አማርኛ | English |
|---|---|
| አርቲስት | Artist |
| አርነት ወጣ | Free (at liberty) |
| አሮጌ | Old |
| አሸናፊ | Winner |
| አሸዋ | Sand |
| አቀንቃኝ | Singer |
| አቃቤ ህግ | Lawyer |
| አቅጣጫ | Direction |
| አቋራጭ | Across |
| አበባ | Flower |
| አባል | Member |
| አባት | Dad |
| አቤቱታ | Complain |
| አታሞ | Drums |
| አትክልት | Vegetable |
| አትክልት ተመጋቢ | Vegetarian |
| አቶ | Mr. |
| አነስተኛ | Little (tiny) |
| አናጢ | Carpenter |
| አንሶላ | Sheet (linens) |
| አንተ | You |
| አንቺ | You |

| **አማርኛ** | **English** |
|---|---|
| አንዴ | Once |
| አንድ | One |
| አንድ መንገድ | One-way |
| አንገት | Neck |
| አእምሮው የታወከ | Dizzy |
| አካል | Body |
| አካል ጉዳተኛ | Disabled |
| አካባቢ | Local |
| አወ | Yes |
| አውሮፕላን | Plane |
| አውቶብስ | Bus |
| አውቶብስ መናህሪያ | Bus station |
| አዉሮፕላን | Airplane |
| አየር | Air |
| አየር መንገድ | Airline |
| አይስክሬም | Ice cream |
| አይብ | Cheese |
| አይነ ስውር | Blind |
| አይነት | Type (noun) |
| አይን | Eyes |
| አይን አፋር | Shy |
| አይደለም | No |

| አማርኛ | English |
|---|---|
| አይጥ | Mouse |
| አይጥ | Rat |
| አደረጃጀት | Order |
| አደባባይ | Square (town center) |
| አደገኛ | Dangerous |
| አደጋ | Accident |
| አደጋ | Disaster |
| አዲስ | New |
| አዳፕተር | Adapter |
| አድራሻ | Address |
| አገልግሎት | Service |
| አገባብ | Entry |
| አገኘ | Earn |
| አገኘ | Get |
| አጋጣሚ | Chance |
| አጠራጣሪ | Shade (shady) |
| አጠቃሎ | Included |
| አጠጋጋ | Close (closer) |
| አጭር | Short (low) |
| አፍ | Mouth |
| አፍንጫ | Nose |
| አፓርትመንት | Apartment |

| አማርኛ | English |
|---|---|
| ዑደት | Cycle |
| ኢፍትሀዊ | Unfair |
| ኤሌክትሪሲቲ | Electricity |
| ኤቲኤም | ATM |
| እህት | Sister |
| እሱ | He |
| እሱ/እሷ (ሰው ላልሆነ) | It |
| እሳት | Fire (heated) |
| እስር ቤት | Jail |
| እስር ቤት | Prison |
| እስከ | Until |
| እስኪብርቶ | Pen |
| እሷ | Her (hers) |
| እሷ | She |
| እርሳስ | Pencil |
| እርሻ | Farm |
| እርዳታ | Help |
| እርጥበታማ | Wet |
| እርጥበት አዘል | Humid |
| እባብ | Snake |
| እብድ | Crazy |
| እብጠት | Swelling |

| አማርኛ | English |
|---|---|
| እነሱ | They |
| እና | And |
| እናት | Mother |
| እናንተ | Your |
| እኔ | Me |
| እንስሳ | Animal |
| እንቁላል | Egg |
| እንቅልፋም | Sleepy |
| እንኳን ደህና መጡ | Welcome |
| እንዴት | How |
| እንጆሪ | Raspberry |
| እንጆሪ | Strawberry |
| እንግሊዝኛ | English |
| እንግዳ | Stranger |
| እንጨት | Wood |
| እኛ | We |
| እኩለ ሌሊት | Midnight |
| እዚህ | Here |
| እዚያ | There |
| እያንዳንዱ | Each |
| እያንዳንዱ | Every |
| እይታ | View (noun) |

| አማርኛ | English |
|---|---|
| እድለኛ | Lucky |
| እድል | Luck |
| እድሜ | Age |
| እጅ | Arm |
| እጅ | Hand |
| እግረኛ ተጓዥ | Pedestrian |
| እግር | Foot |
| እግር | Leg |
| እግዚአብሄር | God (deity) |
| እጥረት | Shortage |
| እጥፍ | Double |
| እጸ ነክ | Herbal |
| እፅ | Herb |
| እጽዋት | Plant |
| እፍረት | Embarrassed |
| ኦቾለኒ | Peanut |
| ኦክስጂን | Oxygen |
| ኦፕሬተር ባለሙያ | Operator |
| ኦቨን | Oven |
| ከ | From |
| ከ . . ስለ | Since |
| ከ . . ጎን | Beside |

| አማርኛ | English |
|---|---|
| ከ . . . . . ጋር | With |
| ከ . . . ውጭ | Without |
| ከሁለቱ ለአንዱም ያልሆነ | Neither...nor... |
| ከሆነ | If |
| ከላይ | Above |
| ከሰዐት | Noon |
| ከስር | Below |
| ከስር | Down |
| ከረሜላ | Candy |
| ከበስተጀርባ | Behind |
| ከባድ | Heavy |
| ከባድ መኪና | Truck |
| ከተማ | City |
| ከትላንት በስቲያ | Day before yesterday |
| ከነገ በስቲያ | Day after tomorrow |
| ከንፈር | Lips |
| ከዋና ምግብ በፊት የሚበላ | Cocktail |
| ከዚህም በላይ | Too (excessively) |
| ከፊት ለፊት | In front of |
| ከፍታ | High (steep) |
| ኩኪስ | Cookie |
| ኪሎ ሜትር | Kilometer |

| አማርኛ | English |
|---|---|
| ኪሎግራም | Kilogram |
| ኪስ | Pocket |
| ኪቦርድ (የቁልፍ ሰሌዳ) | Keyboard |
| ካልሲ | Socks |
| ካሜራ | Camera |
| ካምፕፋየር | Campfire |
| ካርታ | Map |
| ካሮት | Carrot |
| ክረምት (የፈረንጅ በጋ) | Summer |
| ክሬም | Cream (creamy) |
| ክርክር | Argue |
| ክብሪት | Matches (matchbox) |
| ክብደት | Weights |
| ክኒን | Pill |
| ክንዋኔ | Operation (process) |
| ክፋይ | Part (piece) |
| ክፍል | Class (categorize) |
| ክፍል | Room (accommodation) |
| ክፍል ቁጥር | Room number |
| ክፍት | Open |
| ክፍያ | Payment |
| ክፍያ | Wage |

| አማርኛ | English |
|---|---|
| ኮሌጅ | College |
| ኮምፒዉተር | Computer |
| ኮምፓስ አቅጣጫ ጠቋሚ | Compass |
| ኮርኬስትራ | Orchestra |
| ኮት | Coat |
| ኮንሰርት | Concert |
| ኮንዲሽነር | Conditioner (conditioning treatment) |
| ኮክ | Peach |
| ኮከዋ | Cocoa |
| ኮኮብ | Star |
| ኳስ | Ball (sports) |
| ወለል | Floor (carpeting) |
| ወለምታ | Sprain (noun) |
| ወላጆች | Parents |
| ወረቀት | Paper |
| ወረንጦ | Tweezers |
| ወረደ | Get off (disembark) |
| ወሬ | Talk |
| ወር | Month |
| ወርቅ | Gold |
| ወቅት | Season |
| ወተት | Milk |

| አማርኛ | English |
|---|---|
| ወታደር | Military (noun) |
| ወንበር | Chair |
| ወንዝ | River |
| ወንድ ልጅ | Boy |
| ወንድ ልጅ | Son |
| ወንድ አያት | Grandfather |
| ወንድ የልጅ ልጅ | Grandson |
| ወንድም | Brother |
| ወንጀለኛ | Guilty |
| ወይም | Or |
| ወይን ጠጅ | Purple |
| ወይን ጠጅ | Wine |
| ወይዘሪት | Miss (mishap) |
| ወይዘሮ | Miss (lady) |
| ወይዘሮ/ወይዘሪት | Mrs./Ms |
| ወደ | Towards |
| ወደቀ | Fall (falling) |
| ወደብ | Port (dock) |
| ወደደ | Like (verb) |
| ወደፊት | Ahead |
| ወደፊት | Future |
| ወጣት | Young |

| አማርኛ | English |
|---|---|
| ወጥ | Original |
| ወፍ | Bird |
| ወፍራም | Fat (adjective) |
| ወፍራም | Thick |
| ዊልቼር | Wheelchair |
| ዋስትና ሰጠ | Guaranteed |
| ዋና | Main |
| ዋና መንገድ | Main road |
| ዋጋ | Cost (noun) |
| ዋጋ | Price |
| ዋጋ | Value (noun) |
| ዋጋ የሚያወጣ | Valuable |
| ውሀ | Water |
| ውሀ | Waterproof |
| ውስጥ | In |
| ውስጥ | Inside |
| ውስጥ | Within (until) |
| ውርርድ | Bet |
| ውሸታም | Liar |
| ውሸት | Lie (falsehood) |
| ውሻ | Dog |
| ውቅያኖስ | Ocean |

| አማርኛ | English |
|---|---|
| ውታፍ | Plug (stopper) |
| ውድ | Expensive |
| ውድድር | Race (running) |
| ውጣ | Go out |
| ውጭ | Aboard |
| ውጭ | Outside |
| ዘለላ | Learn |
| ዘሎ መጥለቅ | Diving |
| ዘመናዊ | Modern |
| ዘና ማለት | Relax |
| ዘወትር | Often |
| ዘይት | Oil (oily) |
| ዙር | Round |
| ዚፕ | Zipper |
| ዛሬ | Today |
| ዛሬ ማታ | Tonight |
| ዛፍ | Tree |
| ዜና | News |
| ዝላይ ስፓርተኛ | Jumper (cardigan) |
| ዝርዝር | Details |
| ዝርፊያ | Robbery |
| ዝቅተኛ | Low |

| አማርኛ | English |
|---|---|
| ዝናብ | Rain (noun) |
| ዝኩኒ | Zucchini |
| ዝግ ያለ | Slow |
| ዝግጁ | Ready |
| የህመም ማስታገሻ | Painkiller |
| የህዝብ መጸዳጃ ቤት | Public toilet |
| የሆነ ሰው | Someone |
| የሆነ ነገር | Something |
| የለም | Not |
| የልብስ መስቀያ | Wardrobe |
| የልብስ መሸጫ | Clothing store |
| የልብስ ማጠቢያ ማሽን | Washing machine |
| የልደት ቀን | Birthday |
| የልደት ኬክ | Cake (birthday cake) |
| የልጅ ጋሪ | Stroller |
| የመሄጃ መግቢያ | Departure gate |
| የመልዕክት ሳጥን | Mailbox |
| የመርከብ ሽርሽር | Cruise |
| የመቃብር ስፍራ | Cemetery |
| የመኖሪያ መንደር | Suburb |
| የመኪና ማቆሚያ | Park (parking) |
| የመዋኛ ገንዳ | Swimming pool |

| አማርኛ | English |
|---|---|
| የመጀመሪያ የህክምና እርዳታ መስጫ ቁሳቁስ | First-aid kit |
| የመጨረሻ | Last (finale) |
| የመጸዳጃ ቤት ሶፍት | Toilet paper |
| የመፅሀፍ መደብር | Bookshop |
| የሙቀት መጠን | Temperature (degrees) |
| የሙዚቃ ባንድ | Band (musician) |
| የሚቀርብ | Nearest |
| የሚቆጣ | Angry |
| የሚታዘል ቦርሳ | Backpack |
| የሚቻል | Possible |
| የሚያም | Painful |
| የማያጨስ | Nonsmoking |
| የማይመች | Uncomfortable |
| የማይቻል | Impossible |
| የምሽት ክለብ | Nightclub |
| የምድር ውስጥ ባቡር መንገድ | Subway (underground) |
| የምግብ ሰሀን | Dish |
| የሞቀ | Heated |
| የሞተ | Dead |
| የሰከረ | Drunk |
| የሰውነት መቆጣት | Allergy |
| የሰፈራ ቦታ | Campsite |

| አማርኛ | English |
|---|---|
| የሳምንት መጨረሻ | Weekend |
| የሴት ጓደኛ | Girlfriend |
| የስልክ ደብተር | Phone book |
| የስልክ ጥሪ | Call (telephone call) |
| የስኳር አገዳ አረቄ | Rum |
| የስፖርት መስሪያ | Gym |
| የሶስ መጥበሻ | Saucepan |
| የሻይ ማንኪያ | Teaspoon |
| የሽንት ጨርቅ (ዳይፐር) | Diaper |
| የሽያጭ ቀረጥ | Sales tax |
| የሽያጭ ደረሰኝ | Bill (bill of sale) |
| የቁስል ቅባት | Cream (treatment) |
| የቆርቆሮ ማሸጊያ | Can (aluminum can) |
| የቆሻሻ ገንዳ | Garbage can |
| የቆዳ ክሬም | Sun block |
| የቆዳ ውጤት | Leather |
| የቢራ መክፈቻ | Bottle opener (beer) |
| የቢኖ መክፈቻ | Bottle opener (corkscrew) |
| የባህር ሞገድ | Surf |
| የባህር ዳርቻ | Coast |
| የባህር ጉዞ ላይ የሚያጋጥም ህመም | Seasickness |
| የባንቧ ውሀ | Tap water |

| አማርኛ | English |
|---|---|
| የባንክ ሂሳብ | Bank account |
| የቤት እቃ | Furniture |
| የብርሀን ማስገቢያ | Light (pale) |
| የተለመደ | Ordinary |
| የተለመደ | Typical |
| የተለየ | Different |
| የተለያየ | Separate |
| የተሰረቀ | Stolen |
| የተሰበረ | Broken (breaking) |
| የተራራ ክልል | Mountain range |
| የተሻለ | Best |
| የተቃጠለ ፊት | Sunburn |
| የተቆለፈ | Locked |
| የተበላሸ | Spoiled (rotten) |
| የተጨናነቀ | Crowded |
| የቱፋ ጭማቂ | Cider |
| የታመመ | Sick |
| የታሰረ እቃ | Packet |
| የት | Where |
| የትራስ ልብስ | Pillowcase |
| የትራፊክ መብራት | Traffic light |
| የትኛው | Which |

| አማርኛ | English |
|---|---|
| የትያትር አዳራሽ | Venue |
| የኔ | My |
| የንግድ ስራ | Business |
| የኛ | Our |
| የአልኮል መሸጫ | Liquor store |
| የአሳማ ስጋ | Pork |
| የአንገት ሀብል | Necklace |
| የአንገት ፎጣ | Scarf |
| የአውቶብስ መቆሚያ | Bus stop |
| የአየር ሁኔታ | Weather |
| የአየር ማረፊያ | Airport |
| የአየር ማናፈሻ | Air conditioning |
| የአይን መነፀር | Contact lenses |
| የኤሌክትሪክ ምድጃ | Stove |
| የእሱ | His |
| የእሳት ቁስል | Burn (noun) |
| የእረፍት ጊዜ | Vacation |
| የእነርሱ | Their |
| የእንጀራ እናት | Mother-in-law |
| የእንግዳ ማረፊያ | Room (chamber) |
| የእንጨት ሳንቃ | Board (climb aboard) |
| የእይታ ማስተካከያ ሌንስ | Contact lens solution |

| አማርኛ | English |
|---|---|
| የእደ ጥበብ ውጤቶች | Crafts |
| የእጅ ቦርሳ | Handbag |
| የእጅ አንጓ | Wrist |
| የእግር ጉዞ ማድረግ | Hiking |
| የእግር ጣት | Toe |
| የከብት ስጋ | Beef |
| የከተማ ማዕከል | City center |
| የኮክቴል መጠጥ | Drink (cocktail) |
| የኮኮብ ምልክት | Star sign |
| የወተት ተዋፅኦ | Diary |
| የወንበር ቀበቶ | Seatbelt |
| የወንድ ጓደኛ | Boyfriend |
| የዋና ልብስ | Bathing suit |
| የዋና ልብስ | Swimsuit |
| የውሀ መቅጃ | Bucket |
| የውሀ ገንዳ | Pool (basin) |
| የውሀ ጠርሙስ | Water bottle |
| የውስጥ ሱሪ | Underwear |
| የውድድር መንገድ | Track (racing) |
| የዝናብ ልብስ | Raincoat |
| የየዕለት | Daily |
| የይለፍ ትኬት | Boarding pass |

| አማርኛ | English |
|---|---|
| የደረሱ | Arrivals |
| የዱቤ ካርድ | Credit card |
| የዳቦ መጋገሪያ | Bakery |
| የገበያ ማዕከል | Shopping center |
| የጊዜ ልዩነት | Time difference |
| የጋብቻ ኬክ | Cake (wedding cake) |
| የግል | Private |
| የግንባር ባትሪ | Headlights |
| የጓዝ መቀበያ ቦታ | Baggage claim |
| የጠረቤዛ ልብስ | Tablecloth |
| የጠፋ | Off (strange) |
| የጥርስ ሀኪም | Dentist |
| የጥርስ ሳሙና | Toothpaste |
| የጥርስ ቡርሽ | Toothbrush |
| የጥንት | Ancient |
| የጥጥ ፍሬ | Cotton balls |
| የጥፍር መቁረጫ | Nail clippers |
| የጦር መሳርያ | Gun |
| የጫማ ማሰሪያ | Lace |
| የጸሀይ መነጽር | Sunglasses |
| የፀጉር ማበጠሪያ | Hairbrush |
| የጸጉር ሳሙና | Shampoo |

| አማርኛ | English |
|---|---|
| የፀጉር ቁርጥ | Haircut |
| የጽሁፍ ስራ | Paperwork |
| የፊት ክሬም | Shaving cream |
| የፍቅር ስሜት | Romantic |
| የፖለቲካ ፓርቲ | Party (political) |
| ዩሮ | Euro |
| ያ | That (one) |
| ያልተለመደ | Strange |
| ያልተለመደ | Unusual |
| ይህ | This (one) |
| ደሀ | Poor |
| ደህና | Well (good, adverb) |
| ደህንነቱ የተጠበቀ | Safe |
| ደመና | Cloud |
| ደመናማ | Cloudy |
| ደም | Blood |
| ደሴት | Island |
| ደስተኛ | Happy |
| ደረቅ | Dry |
| ደረት | Chest (torso) |
| ደረጃ | Step |
| ደቂቃ | Minute (moment) |

| አማርኛ | English |
|---|---|
| ደቡብ | South |
| ደባሪ | Boring |
| ደንቆሮ | Deaf |
| ደደብ | Idiot |
| ደደብ | Stupid |
| ደግ | Kind (sweet) |
| ደግሞ | Also |
| ዱቄት | Flour |
| ዱባ | Pumpkin |
| ዱቤ | Credit |
| ዲግሪ (ለሙቀት መለኪያ) | Degrees (weather) |
| ዳቦ | Bread |
| ዳክየ | Duck |
| ዳገት | Hill |
| ድህነት | Poverty |
| ድልድይ | Bridge (noun) |
| ድመት | Cat |
| ድምጽ | Voice |
| ድርሻ | Share (allotment) |
| ድንበር | Border |
| ድንች | Potato |
| ድንገተኛ | Emergency |

| አማርኛ | English |
|---|---|
| ድንጋይ | Stone |
| ድካም | Tired |
| ድዳ | Mute (adjective) |
| ድግመ ኡደት | Recycle |
| ዶሮ | Chicken |
| ዶክተር | Doctor |
| ዶዶራንት | Deodorant |
| ጀልባ | Boat |
| ጀርባ | Back (body) |
| ጀርባ | Rear (behind) |
| ጀግና | Brave |
| ጂፕ መኪና | Jeep |
| ጃኬት | Jacket |
| ጅራት | Trail |
| ጆሮ | Ear |
| ጆግ | Jar |
| ገመድ | Rope |
| ገመድ | String |
| ገበያ | Market |
| ገነባ | Build |
| ገና | Christmas |
| ገና | (Not) yet |

| አማርኛ | English |
|---|---|
| ገንዘብ | Cash (deposit a check) |
| ገንዘብ | Money |
| ገንዘብ ያዥ | Cashier |
| ገጽ | Page |
| ጉልበት | Knee |
| ጉምሩክ | Customs |
| ጉርድ ቀሚስ | Skirt |
| ጉሮሮ | Throat |
| ጉብኝት | Tour |
| ጉብኝት | Visit |
| ጉቦ | Bribe (noun) |
| ጉዞ | Travel |
| ጉዞ | Trip (expedition) |
| ጉዳት | Injury |
| ጊታር | Guitar |
| ጊዜ | Time |
| ጋሪ | Carriage |
| ጋብቻ | Marriage |
| ጋብቻ | Wedding |
| ጋዜጣ | Newspaper |
| ጌጣጌጥ | Jewelry |
| ግለ ሀሳብ | Opinion |

| አማርኛ | English |
|---|---|
| ግማሽ | Half |
| ግምት | Guess |
| ግራ | Left (leftward) |
| ግራም | Gram |
| ግራጫ | Grey |
| ግብዐተ ጸሀይ | Sunset |
| ግብዣ | Ask (request) |
| ግትር | Hard-boiled |
| ግትር | Stubborn |
| ግን | But |
| ግንበኛ | Builder |
| ግንኙነት | Relationship |
| ግዢ | Buy |
| ግድያ | Murder |
| ግጥሚያ | Game (event) |
| ግፊት | Pressure |
| ጎልማሳ | Adult |
| ጎማ | Tire |
| ጎን | Side |
| ጎድን | Rib |
| ጎድጎዳ ሳህን | Bowl |
| ጓሮ | Garden |

| አማርኛ | English |
|---|---|
| ጓንት | Gloves |
| ጓዝ | Baggage |
| ጓዝ | Luggage |
| ጓደኛ | Friend |
| ጓዳ | Kitchen |
| ጓጉንቸር ቁልፍ | Padlock |
| ጠረቤዛ | Table |
| ጠርሙስ | Bottle |
| ጠቃሚ | Important |
| ጠቃሚ | Useful |
| ጠቆር ያለ ሰማያዊ | Blue (dark blue) |
| ጠባብ | Tight |
| ጠንካራ | Hard (firm) |
| ጠንካራ | Strong |
| ጠዋት | Morning |
| ጠፍጣፋ | Flat (adjective) |
| ጡት መያዣ | Bra |
| ጡንቻ | Muscle |
| ጣት | Finger |
| ጣፋጭ | Sweet |
| ጣፋጭ | Tasty |
| ጤና | Health |

| አማርኛ | English |
|---|---|
| ጥላ | Umbrella |
| ጥልቅ | Deep |
| ጥረት ማድረግ | Try (trying) |
| ጥሩ | Good |
| ጥሩ | Nice |
| ጥሪ | Call |
| ጥራ ጥሬ | Cereal |
| ጥራት | Quality |
| ጥሬ | Raw |
| ጥሬ ገንዘብ | Cash |
| ጥርስ | Teeth |
| ጥርስ | Tooth |
| ጥቁር | Black |
| ጥቂት | Some |
| ጥበብ | Art |
| ጥብስ | Steak |
| ጥንታዊ | Antique |
| ጥንቸል | Rabbit |
| ጥንድ | Pair |
| ጥያቄ | Question |
| ጥጥ | Cotton |
| ጦርነት | War |

| አማርኛ | English |
|---|---|
| ጨለማ | Dark |
| ጨዋታ | Game (match-up) |
| ጨው | Salt |
| ጩሀት | Shout (verb) |
| ጫማ | Shoes |
| ጫካ | Forest |
| ጫጫታማ | Noisy |
| ጭማቂ | Juice |
| ጭስ | Smoke (verb, cigarettes) |
| ጭቃ | Mud |
| ጭንቀት | Worried |
| ጭጋጋማ | Foggy |
| ጭፈራ | Dance (verb) |
| ጮክ ያለ | Loud |
| ጸሀያማ | Sunny |
| ጸሀይ | Sun |
| ፀሀፊ | Writer |
| ጸሎት | Prayer |
| ፀደይ | Spring (season) |
| ፀጉር | Hair |
| ጸጥታ | Quiet |
| ጽዋ ማንሳት | Toast (toasting) (raise a glass) |

| አማርኛ | English |
| --- | --- |
| ጽዋ የሚያነሳ | Toaster |
| ጾታ | Sex |
| ጾታዊ ጥቃት | Sexism |
| ፈለገ | Need (verb) |
| ፈረስ | Horse |
| ፈራ | Afraid |
| ፈቃድ | Permission (permit) |
| ፈቃድ ማግኘት | Can (allowed) |
| ፈዛዛ ሰማያዊ | Blue (light blue) |
| ፈገግታ | Smile (noun) |
| ፈጣን | Fast |
| ፈጣን | Quick |
| ፈፅሞ | Already |
| ፊልም | Movie |
| ፊርማ | Signature |
| ፊት | Face |
| ፋሻ | Gauze |
| ፍራሽ | Mattress |
| ፍራፍሬ | Fruit |
| ፍርስራሽ | Ruins |
| ፍቅር | Love |
| ፍጥነት | Speed (rate) |

| አማርኛ | English |
|---|---|
| ፍጹም | Never |
| ፍፃሜ | End (noun) |
| ፎቅ | Floor (level) |
| ፎቶ | Photo |
| ፎቶ ማንሳት | Take photos |
| ፎቶ አንሺ | Photographer |
| ፎጣ | Towel |
| ፐርሰንት | Per cent |
| ፒር ፍሬ | Pear |
| ፓምፕ | Pump |
| ፓስፖርት | Passport |
| ፓርቲ (ጭፈራ) | Party (celebration) |
| ፓርክ | Park |
| ፔዳል | Pedal |
| ፐለም ፍሬ | Plum |
| ፕላስቲክ | Plastic |
| ፕላኔት | Planet |
| ፕሪንተር | Printer (printing) |
| ፕሬዝዳንት | President |
| ፖለቲካ | Politics |
| ፖሊስ | Police |
| ፖሊስ ስቴሽን | Police station |

| አማርኛ | English |
|---|---|
| ፖሊስ ኦፊሰር | Police officer |
| ፖም | Apple |
| ፖስታ ቤት | Post office |
| ፖስት ካርድ | Postcard |
| ፖውንድ | Pound (ounces) |
| ፖውደር ዱቄት | Powder |
| ፖዘቲቭ | Positive |
| ቪዲዮ መቅረጫ | Video recorder |
| ቫይረስ | Virus |

Made in the USA
Coppell, TX
19 October 2021